இதயம்

இதயம்

நவீன் பிரசாந்த் | மதன்குமார்

பொருளடக்கம்

பொருளடக்கம்

பொருளடக்கம்

பொருளடக்கம்

பொருளடக்கம்

பொருளடக்கம்

1. காதல்-கௌசல்யா

நான் உன்னை
நேசிக்கும் அளவு
நீ என்னை நேசிக்க வேண்டாம்-ஆனால் என் நேசம்
எந்தளவுளென்று புரிந்து கொண்டலே போதும்
ஆனால் நீ புரிந்து கொள்ளவும் இல்லை புரிந்து கொள்ள
முயற்சி செய்யவும் இல்லை...

2. காதல் - கிருத்திகா

உன் விழிகள்
பேசியதால்
என் மொழிகள்
மறந்து விட்டது....

3. பொங்கல் திருவிழா -காவியா மகா

ஆண்டின் முதல் மாதம்

புத்தாண்டின் புதுமை குறையாமல்

பரிணமித்தது எங்கள் "தமிழர் திருநாள்"....

பழையனவற்றை மறக்க ஒரு நாள்...

பொன்னும் பொருளும் பெருக!!

வேளாண்மை சிறக்க!!

புத்தாடையின் ஓரங்களில்

மஞ்சள் கரையின் புன்சிரிப்போடு..

பானையின் விளிம்புகளில்

பொங்கி வழிந்தோடுகிறது இன்பப்பெருக்கு....

வாசலில் வண்ணக் கோலமிட்டு

பொங்கலோ!பொங்கல்!என

இறைவனின் செவிகளில் ஓதிவிட்டு....

பாசமிகு பந்தங்களுக்கு

பச்சிலையில் பொங்கலிட்டு....

அடியிலிருந்து நுனிவரை ருசி குறையாத

கரும்பைக் கடித்துச் சுவைத்து....

கதிரவனின் பொற்கதிர்களை

கைகூப்பித் தொழுது பிறக்கிறது

எம் பொங்கல் திருநாள்....

4. கைவிடப்பட்ட செல்லப்பிராணிகள் - மதன்குமார்

செல்லமாய் வளர்ந்து தன் வீட்டை
விட்டுப் பிரிந்து சோக முகத்துடன்
தெருவில் திரியும் ஜீவன்களே

அன்பை இழந்து அற்பப் பதராக
தெரியும் அடி உதைகள் வாங்கி
சுத்தும் இந்த ஜீவன்களின் நிலைமையும் சோகக்கடல்

5. சொர்க்கம் - மதன்குமார்

சொர்க்கம் இருக்கோ இல்லையோ
அது வேறு விஷயம். ஆனால்
அந்த சொர்க்கத்திற்கே செல்ல
வேண்டும் என்னும் ஓர் ஆசை
தான் மனித குலத்திற்கே பிடித்த
பீடை.அந்த சொர்க்கத்தில் வாழும்
மனிதன் ஆசைகள் அற்றவன்
என்று எண்ணுகின்றனர். ஆனால்
அந்த சொர்க்கத்திற்கே செல்ல
வேண்டும் என்பதே ஆசையாக
வைத்துக்கொண்டுதான் அங்கு
செல்கிறார்கள் என்பதே எதார்த்தம்

6. முதுமை - மதன்குமார்

தள்ளாடும் வயது வரும் முன்

தனிமையை ஏற்று விரும்பிக்கொள்

ஏனென்றால் தனிமையில் மட்டுமே

தள்ளாடும் நிலைமை உண்டு

தள்ளாடும்

நிலையில் தனிமை மட்டுமே உண்டு

7. இளமை - மதன்குமார்

நட்பு வட்டாரத்தை பெருக்கி கொள்ள
ஓர் அருமையான பருவம்
வாழ்நாள் முழுதும் இந்த
இளமைப்பருவம் நினைத்து
நினைத்து மகிழும் காலமும்
முதுமையில் மட்டுமே கிட்டும்
இந்த இளமையை சரியாகப்
பயன்படுத்திக் கொள்.

8. நான் விரும்பும் பாரதம் - மதன்குமார்

அனைவரும் சமமாக வாழ-வேண்டும்

அன்பு ஒன்றே உயர-வேண்டும்

ஏற்றத்தாழ்வற்ற வாழ்வு-வேண்டும்

பெண் அடிமை ஒழிய-வேண்டும்

வன்கொடுமை ஒழிய -வேண்டும்

வேலைவாய்ப்புக் கிட்ட-வேண்டும்

வறுமையற்ற வாழ்வு -வேண்டும்

வாழ்நாள் முழுதும் கற்க நற்கல்வி-வேண்டும்

கற்ற கல்வியை கற்பிக்க நல்லாசான் -வேண்டும்

எல்லையயற்ற பிரபஞ்சத்தில் பாரத எல்லைப் பிரச்சனை முடிய-வேண்டும்

நற்பண்பு கொண்டு நல்லாட்சி நடக்க -வேண்டும்

நம் பாரதத்தில்..!

9. வானவேடிக்கை - மதன்குமார்

கண்களுக்கு மின்ன மின்ன

காட்சியளிக்கும் அந்த

வானவேடிக்கையை எதிர்நோக்கி

காத்திருக்கும் மனங்கள்

எத்தனையோ எத்தனை நாளைய

தினம் இந்தியத் திருநாட்டில்

காணும் அத்தனை வானவேடிக்கை

களையும் ரசித்துக் கொண்டிருக்கும்

உங்களுள் நான்

10. வானம் ஓர் நிறம் என்று கூறியது யார்? - மதன்குமார்

அந்த வானத்தையே பல
வண்ணங்களாக காட்டும் எங்கள்
வானவில்லாக செயல்பட்டு
விண்ணையே வெளிச்சப்படுத்தும்
எங்கள் வண்ணங்கள்
அனைத்தையும் காட்டும் அந்த
வான வேடிக்கையை இன்றைய
மூச்சு நாளைய பேச்சு என்று
இந்த இரண்டு நாட்களும் மிக
வானவேடிக்கை என்ற பொருளை
உணர்த்துவதற்காகவே வந்துள்ளது.

11. ஓர் ஆண்மகன் - மதன்குமார்

தன் காதலை தெரிவிக்கும்

நொடிப்பொழுதில்

தன் வாழ்க்கையையே

மரண நுனியில் நின்று

பார்த்துக்கொண்டிருக்கின்றான்.

12. கவிதை - மதன்குமார்

எழுதினால்தான் கவிதை என்று
யார் சொன்னது சொன்னால்தான்
கவிதை என்று யார் சொன்னது
இப்படிக்கு கண்விழிகளிலிருந்து
வழிந்தோடும் கண்ணீர் துளிகள்.

13. நட்பு - மதன்குமார்

உன் முகவரிகளை சிரிப்பாக
வைத்தால் உன் தோழமைகள்
தானாக ஏறும்.

14. இன்றைய காலம் - மதன்குமார்

காலையிலே எழுந்து கறவையை

முடிச்சுப்புட்டு காடுகரை பாத்துப்புட்டு

கம்மங்கூழ் குடிச்சுப்புட்டு

காலாற தூங்கிய காலம் எல்லாம்

போயிபுட்டு காலையிலேயே

எழுந்து கைபேசியில் முடிச்சுபுட்டு

காம்பவுண்டு செவுத்துக்குள்ள கால்

வலிக்க ஓடிப்புட்டு காப்பித்தண்ணி

குடிச்சுபுட்டு கம்பெனிக்கு

போயிப்புட்டு கைதியாகிய காலம்

வந்துருச்சு...

15. பெண் - மதன்குமார்

சிவப்புச் சேலைப் பட்டுடுத்திச்

சிங்காரப் பெண்ணொருத்திப்

பார்த்தப் பார்வையிலே பச்சிலையும்

பறித்துழுகுமம்மா..!

16. நரகம் - மதன்குமார்

நரிகள் கூட நினைத்துக்
கொள்ளாதே நரகத்திற்குச்
செல்ல நான் இப்பூவுலகில் படும்
அவஸ்தையை விட நரகத்தில் படும்
அவஸ்தை எவ்வளவோ மேல் என்று
அந்த நரகத்தையும் எதிர்பார்த்துக்
காத்துக்கொண்டிருக்கும் ஒருவனாக
ஓர் முதியவர் ?

17. கவிஞன் - மதன்குமார்

மனதில் உள்ளவற்றை

மற்றவர்களிடம்

எண்ணிய எண்ணத்தை

எதிர்த்தவரிடம்

வாழ்வின் வரிகளை

வந்தவரிடம்

மாறாமல் மறக்காமல்

மசையாமல்

வர்ணனைகளை விலைக்கு

வாங்கி

விளைவிக்கின்றவன்

கவிஞர்கள் ...

18. விவசாயம் -ச.ரிஷிவந்த்

ஊருக்கே உணவிட்ட மகராசன்...
தரிசு நிலத்தை பயிர் செய் நிலமாய்
மாற்றிய மகராசன் .....
தன் உழைப்பால் வளர்ந்த
மகராசன்...
கடங்காரன் கேட்ட ஒரு சொல்லால்
தேர்மீது மயானம் செல்கின்றான்
மகராசன் .....
நீ விதைத்த பயிர் வாடியது என்று
சாய்ந்தாயோ.....இல்லை
உன்னை நம்பியவர் பட்டினியாய்
போவார் என்று சாய்ந்தாயோ...
நடிகனின் சாயம் நிஜத்தில்
வெளுத்துப் போகும்... அரசியல்வாதியின் சாயம்
தேர்தலில் வெளுத்துப் போகும்.....
மூடநம்பிக்கையின் சாயம் கேள்விகளில் வெளுத்துப்
போகும்.... விவசாயத்தின்
சாயம் விவசாயின் இரத்தத்தால்
வெளுத்துப் போகும்.... விவசாயம்
நாம் வீணாக்கும் உணவால்
அழிந்துபோகும்..... பட்டினியை
ஒழிப்போம் விவசாயிகளை
காப்போம்.....

19. என் அழகிய தேவதை-நவீன் பிரசாந்த்

உன் முகத்தைக்காண ஏங்குகிறேன்

நதி போல் வெள்ளை முகத்தோடு வா..

அழகிற்கே அழகு சேர்க்கும் என் தேவதை

நீயடி...

செதுக்கிய சிலையாக இருப்பவள் நீயடி

உன் முத்தங்களை ஏற்கவே என் கன்னங்கள் கடலலைகள் போல்

அழைக்கிறது...

என் வாழ்க்கையில் எவ்வளவோ கஷ்டம் வந்தாலும் நான் அவளை

ரசிக்க தவறவில்லை!!!

ஒருபோதும்....

வென்றாலும், தோற்றாலும்

ஒரு காரணம் இருக்கும்...

என்னுடைய வெற்றிக்கான தேடலை

தேவதை உருவத்தில்

வந்து என்னுடன் பகிர்ந்தாள்...

20. உண்மைக்காதல்-நவீன் பிரசாந்த்

என் சோகங்களை விரட்டியடிக்க உன் பார்வை ஒன்று போதும்
பெண்ணே...
எந்த நொடியில் எவ்வளவு கஷ்டங்களை
சந்தித்தாலும் கரைத்து விடுகிறது உன் ஒற்றை முகம்...
கிடைக்கும் மகிழ்ச்சி முதலில் ஓர் அர்ப்புதம், அவை கடைசி வரை
இருக்குமேனில் அதுவே பொக்கிஷம்...
உன்னுடைய ஒவ்வொரு சொற்களும்
மலைச்சாரல் போல் என்னை நனைக்கிறது...
சிரித்தும் சிரிக்கவைத்தும் பல காயங்களை யாற்றி
உன் பார்வையில் என்னை மாற்றினாய்...
எனக்கு அதிக நண்பர்கள் வேண்டாம்
உன்னைபோல் ஓர் உண்மையான உறவு
என்றும் மறவாத ஓர் நினைவு...

21. அம்மா -மெய்வர்ஷினி

மரணமே வந்தாலும் அவளை
மறக்காத இதயம் வேண்டும்
மீண்டும் ஜனனம் என்றால்
அதில் அவளே வேண்டும்
உறவாக அல்ல
என் உயிராக
அவள் தான் அம்மா.

22. என்னவள் - மதன்குமார்

புயல் என எனை எண்ணிணேன் பூங்காற்றாய் எனை மாற்றினாய்...

மரம் என எனை எண்ணிணேன்

மண்ணாய் எனை மாற்றினாய்....

கடல் என எனை எண்ணிணேன்

காற்றாய் எனை மாற்றினாய்....

23. வயல்வெளி - மதன்குமார்

பச்சை கம்பளத்தில்

பாரிலுள்ளோர்

பசியைப் போக்க பரமனால் நியமிக்கப்பட்ட பரிசங்கள்

வயல்வெளிகள்....

24. பொங்கல் - மதன்குமார்

25. தண்ணீர்த்தொட்டி - மதன்குமார்

தாகத்தை தீர்க்க தாயாய் விளங்குபவள் தவிப்பின்

விழும்பில் தரணியையே கொண்டவள்

தண்ணீர்த்தொட்டி........

26. மொழி தொடர்பு - மதன்குமார்

அவளும் நானும் பழகியது இந்த மொழியிலே...
என்னுள் மொழியின் தொடர்பு என்றும் அழியா அவளின்
தொடர்புளென்றும் அழியா...

27. என்னவள் - மதன்குமார்

உன் கண்ணைத் தவிர ஒன்றையும் எண்ணிடாத என்
இதயத்தை மட்டும் கொல்லைக் கொண்டது ஏனடி....

28. இன்றைய காதல் - மதன்குமார்

காதல் காதல் என்று கூறுபவர்களிடம் காதல்
இருப்பதில்லை கண்ணீர் மட்டும் தான் மிஞ்சுகிறது
மாயை மாயை என்பவர்களிடம் காதல் மட்டுமே
மிஞ்சுகிறது
கலியுகத்தில் காதலும் மிஞ்சுவதில்லை கடைசியில்
மாயமும் மிஞ்சுவதில்லை.

29. என்னவள் - மதன்குமார்

உன்னிடத்தை ஒருவராலும் நிரப்ப முடியாது
கண்மணியே....என்னவளாக என்று ஆனாயோ அன்றே
அனைத்தும் நீயானாய்....

30. என்னவள் - மதன்குமார்

ஏக்கங்கள் இல்லா வாழ்வினை எண்ணினேன் என்
வாழ்வை என்னவளின் வருகை வரை.....

31. என்னவள் - மதன்குமார்

அவள் கவிதையை அவளிடம் கொடுக்க ஆயிரம் வழி
இருந்தும் அந்த நொடிக்காக காத்திருக்கும்
அவனவனாக....

32. என்னவள் - மதன்குமார்

கனவிலும் காணாத
கன்னியவள் கலங்கரை
விளங்கிலும்
கண்டிடாத கப்பலவள்
கண்ணின் விழியில்
அடங்காத காந்தமவள்.....

33. அப்பா-ஹர்ஷினி

கண்ணீரும் நிற்கவில்லை
காயமும் ஆறவில்லை
நின் பிரிவால்.
தேடினாலும் கிடைக்காத உறவே
ஏன் விட்டுச் சென்றாய்
என்ற கேள்வியிலே
நாழிகைகள் கடக்கின்றன
நின்னாலான வடு தீரவில்லை.
இடர் ஆழியில் மூழ்கியிருக்க
என்ன ஆயிற்று என்று உரைத்திட
ஓர் உறவில்லை.
ஆயிரம் முறை வெளியே சிரித்தாலும்
உள்ளே கதறும் குரலைக் கேட்க
ஓர் உணர்வில்லையே!
காதலைப் புதைத்து
பயணம் தொடங்கியது விரைந்து
குடும்பம் என்ற சிம்மாசனத்தை நோக்கி.
என்றும் உங்கள் நீங்காத நினைவில்
எங்கள் பயணம்
வேதனையோடும் கவலையோடும்
கானல் நீரோடு
ஆர்தலற்ற வையகத்தில்.

34. என் தாய்-நிவேதிதா

பத்து மாதம்

சுமந்து

வலியைப் பொறுத்து

என்னைப் பெற்றெடுத்த

தெய்வமே...

உன்னை வணங்க முடியுமே...

வருணிக்க வார்த்தை

வரவில்லை..

இந்தப் பிறவியில்

உன் மகளாக

நான்...

அடுத்த பிறவியில்

என் மகளாக

நீ...

பிறக்கும்

வரம் கேட்டேன்

கடவுளிடம்...

35. அன்பு-நவீன் பிரசாந்த்

நான் அவளை பார்த்தும் பேசமுடியாது
ஓர் நண்பனாக இருந்தேன்...
நான் அனுபவிக்கும் வேதனையை
என்னுள் புதைத்துக்கொண்டேன்...
மகிழ்ச்சியாக சில நேரம்
அவளோடு பேசினேன்...
மௌனமாய் சில நேரம் என்
மனதுக்குள் பேசினேன்..
சிரித்தால் வழிகள் குறைந்து விடும் என்று தெரிந்த எனக்கு...
அவளை விட்டுச்சென்றால் என் அன்பு புரியும் என்று என் மனதிற்கு
தெரியவில்லை...

36. தோழி-நவீன் பிரசாந்த்

அனைத்து மொழிகளிலும் உள்ள வார்த்தைகளை அள்ளி அள்ளி

கல்லாக வீசிய உனக்கு

என் அன்பு என்னவென்று புரியாது...

ஓராயிரம் கஷ்டங்கள் வந்தாலும்

என் மனதில்புதைத்து வைக்க

முடியும்... உன்னால்?

நான் மௌனமாக இருந்து

நீ வீசிய கற்களை மனதில் பதித்தேன்...

நீ என்னை வெறுத்தாலும் நான் உன்னை நேசிப்பேன் ஓர் நண்பனாக...

மறந்துவிடாதே தோழி...

37. குப்பைத்தொட்டி-நவீன் பிரசாந்த்

தேடித்தேடி அன்பை காட்டாதே
கடைசியில் குப்பைத்தொட்டி போல்
தனியாக, ஓர் குப்பை போல் அனாதையாக தூக்கி எரிந்து விடுவார்கள்...

38. தேடல்-நவீன் பிரசாந்த்

அதிக பாசம் அவர்களை பிரித்து விடும்!!!
என் சோகம் எனக்குள் இருக்கட்டும்
என் வலி என்னுள் இருக்கட்டும்
என்று போனால் யாருக்கும் என் வழிகள் என்னவென்று தெரியாது
உனக்கென்று ஒரு உயிர் இவ்வுலகத்தில் இருக்கிறது அதை நீ உணர-
வேண்டும்
உனக்கு நான் எனக்கு நீ என்ற ஓர் உறவு
அனைவருக்கும் தேவை...
காத்திரு....எதிர்பார்த்திரு
உன் வாழ்வை மாற்றிவிடு...

39. அவள்-நவீன் பிரசாந்த்

என்னை பார்த்து

கோபப்படுபவர்களும்...

என்னை அழவைப்பவர்களும், பொறாமை படுபவர்களும்...

என்னை சீண்டியவர்களும் இன்னும் அதிகமாகவே செயல்படுகிறார்கள்...

ஆனால் என்னை வழிநடத்தி செல்ல ஒருத்தி மட்டுமே இருக்கிறாள்..

என் வாழ்வில்... என் உயிருக்கு

மேலான என் தேவதை!!!

40. காதல் -மதன்குமார்

அடுத்தவரின் காதலினைப் பார்த்து தன் காதலை
எண்ணுகையில் தரணியிலும் தாங்காத்துயரம்
என்னுள்ளே...

41. ஆதிக்கம்-தாரணி

பெண்மையை மென்மையாக
கையாள வேண்டிய வயதில்
வன்மை செய்யாதே....!

42. மங்கை-தாரணி

கடல் அளவு கலைகளை அறிந்தவள்....!
ஆழியின் ஆழத்தைப் போல
அமைதியாய் இருப்பவள்....!
திவ்யமாக பிரச்சனைகளைத் தீர்ப்பவள்....!
கவலைகளை புன்சிரிப்பால் கரைப்பவள்....!
சிறு புன்னகையால் அனைவரையும்
காற்றில் பறக்க செய்வாள்
மங்கை....!

43. உடைந்த மனம்-தாரணி

உடைந்த கண்ணாடியைப் போலாகிவிட்டது
என் மனது.....
கண்ணாடியில் முகம் அழகாக இருந்தாலும்,
மனம் உடைந்திருக்கிறது.....

44. அர்த்தமில்லா வார்த்தைகள்-
தாரணி

சில வார்த்தைகளும் அர்த்தமில்லாமல்

போகின்றது.....

சில சமயங்களில்.....

45. இளையவள்-தாரணி

இளையவளாக இருந்தாலும்
இளகிய மனம் கொண்ட இளவரசியே.....
சக விஷயங்களிலும் என் கைகோர்த்து நடக்க
சகோதரியாய் நீ பிறந்தாய்,
இனிய உறவாய் அமைந்தாய்
என் இளைய சகோதரியாய்......!

46. இனிய வழி-தாரணி

கவிதை எழுதுவது கற்பனை உலகிற்கு செல்லும் வழியாகிவிட்டது
உன்னை நினைத்து
எழுத தொடங்கியதிலிருந்து.....!

47. தேடல்-தாரணி

காதுகளில் விழும் சத்தம்
மனதுக்கு செல்லவில்லை....
நிசப்தத்தில் நிம்மதியைத்
தேடுகின்றது
மனது.....!

48. கருத்து-தாரணி

கற்றுக்கொள்வதைக் கருத்தில்கொள்
சிந்தனையில் சிறகடித்து.
சிறந்த கருத்தை
எடுத்துரை......!

49. உறவுகள்-தாரணி

சிக்கல் விழுந்த நூற்கண்டைப்
போன்றது உறவுகள்......
குழம்பினால் முழுவதும் குழம்பிவிடும்
சிக்கை எடுத்தால் முழுவதுமாய்
விடுபட்டு விடுவோம் உறவுகளிருந்து.....

50. ஹைக்கூ-தாரணி

தொடர் கவிதையை தொடரமுடியவில்லை,
பாதியில் வினாவுடன் நிற்கின்றது
ஹைக்கூ வாக ...!

51. இக்காலக் காதல் - மதன்குமார்

கால் விரல்களில் காதலித்தது அந்தக்காலம்

கண் விழிகளில் காதலித்தது அந்தக்காலம்

காற்றிலேயே காதலிப்பது இந்தக்காலம் கடைசியில் மிஞ்சுவது காற்று மட்-
டுமே

52. நேரம் -ஹனீஷ்

நீயும் நானும் போகும் தூரம்

வானம் கூட சிறு தூரம்

கவிதை தோன்றும் மாலை நேரம்

மணங்கள் இரண்டும் செரும் நேரம்

பேசும் வார்த்தை இனிக்கும் நேரம்

உன்னோடு வாழும் சில நேரம்

நிம்மதியென வாழ்கையின் நேரம்

என் மனம் சோகத்தில் இருக்கும் நேரம்

உன்னோடு பேசும் நேரம் ஆகும்.

53. கண்கள்-ஹரிதா ஸ்ரீ

என் பெயரைச் சொல்லிய
உன் கண்களைக் கண்டு
சுயநினைவை இழந்து நின்ற
நிலையிலும் மீண்டும் பார்க்க
தூண்டிய உன் கண்களிலே
தூங்கிட விரும்பும்
என் நெஞ்சம்...!

54. இதயவள்-நவீன் பிரசாந்த்

அவள் எங்கு இருந்தாலும்

என்ன செய்தாலும்

எனக்கு பிடித்தவள் அவள்...

நான் நேசித்த ஓர்

இதயம் அவள்

அவள் இல்லாத உலகில்

எனக்கு என்ன பயன்

அசையாமல் இருப்பவள் இன்று

ஏனோ உடைந்துவிட்டால்

மனமோ வாடியது

உன் ஞாபகங்கள் உருவமாக மாறி நினைவாக தோன்றியது

என்றும் என் மனம் உன்னை சுற்றி

சுற்றி வருகிறது

இன்று உன்னை முற்றிலும் இழந்தேனோ இல்லையோ

அருகில் இல்லாமல்.

55. ஏமாற்றம் -காயத்ரி

எது போலி எது நிஜம் என்று கூட
தெரியாமல் சிறு குழந்தையாகவே
வளர்ந்து விட்டேன் என்னை
ஏமாற்றுபவர்கள் ஏமாற்றட்டும் நான்
ஏமாந்து கொண்டே இருக்கிறேன்...

56. இனியவளின் போதை -மூ.கவின்

என்னை ஆளும் என்னவளே!

உன் போல் அழகை என் கண்கள்

கண்டதில்லையே இவ்வுலகில்!

நீ காட்டும் அன்பு வீழ்த்தும்

இமயமலையின் உயரம் நீயே என்

வாழ்வின் ஆதாரம் இனி என்றும்

இல்லை என் வாழ்வில் சேதாரம்

என்றும் என் உயிரே உன் அன்பின்

உரிமையாளன்....!

57. தேடல்-பூமிஜீவன்

பயணிகள் அனைவரிடத்திலும் ஓர்
பை உள்ளது... தேவைகளை பூர்த்தி
செய்ய...
சில பைகள்
சிக்கனமாக மெளிந்துள்ளது...
சில பைகள் தேவைக்கு அதிகமாக
வழிகிறது...
சில காலிக் கரங்கள் இன்னும்
பைகளை தேடியே அலைகிறது...
எல்லாம் அவன் (அவனவன்)
செயல்...

58. - பூமிஜீவன்

என்னை படைத்த நின்னை ஒரு
வரம் கேட்பேன் எனது வரிகளில்
ஜனித்து எனது வரிகளிலேயே
மரணிக்கும், பெருவாழ்வு
வேண்டுமெனில்... யான் என்ன
தவம் செய்ய வேண்டும்..

அத்தியாயம் 59

60. ஹைக்கூ -சூரியகவி

எல்லா தில்லுமுல்லு
தெரிந்தும் சிரித்தே பயணிக்கிறது நட்பு!
நில்
பார் பத்திரம்
காதல்
வந்துசென்றாள்
மாறியது மனம்
ஏக்கம்
மீண்டும் வா
அன்பைத் தருகிறேன்
நாய்
சிரிப்பு அழுகை
மாறாமல் தொடர்கிறது
வாழ்க்கைப்பயணம்
கொஞ்சம்
பார்த்து கண்சிமிட்ட மறைகிறதுமூன்றாம் பிறை

61. பட்டம் -சூரியகவி

காற்று வீசும் திசைகள்

யாவும் இலைகள் அசைவதில்லை..

காதல் வீசும் திசைகள்

எங்கும் காதல் மலர்வதில்லை...

ஒருபுறம் பூக்க...

மறுபுறம் மரமாகவே

இருந்துவிடுகின்றன

மலர்தலும் உதிர்தலும்

நிகழ்வு நின்று விடுகிறது!

எல்லாம் கட்டாயமா?

என்றால் இல்லை...

அவ்வப்போது

உணர்வுகளுக்கும்

கேள்வி மட்டும் பதிலாகிறது!

எல்லா கேள்விக்கும் பதில் எதுவும் கிடைப்பதில்லை

என்பது இறுதியாகிறது!

62. மாற்றம் -சூரியகவி

வாழ்க்கை பல்வேறு
நேரங்களில் பல
மாற்றங்களை ஏற்படுத்தும்....
பிடித்தாலும் பிடிக்காவிட்டாலும்
உண்மை இது தான் என்பதை ஏற்று நகர வேண்டும்..
எதையும் மாற்ற முடியாது!

63. காதல்-சதிஷ் குமார்

ரோஜாவுக்கு வாசமுண்டு...
மல்லிகைக்கு மணமுண்டு ...
என்றும் என் இதயத்தில் உனக்கு இடம்
உண்டு...

64. காதல்-சதிஷ் குமார்

தூரத்தில் இருப்பது சென்னை...
தோட்டத்தில் இருப்பது தென்னை...
வீட்டில் இருப்பது திண்ணை...
நான் நினைப்பது உன்னை...

65. சுய அன்பு -சுவாதி

உன்னை நீ வெறுத்து விட்டால் பிறர்
உன்னை வெறுக்கும் போது உனக்கு
துணை யார்??...

66. அன்பின் கர்வம் -சுவாதி

என் கண்கள் உன்னை

காணும் முன் இதயம் உன்னை

தேடுவதேன் ? .. என் சிரிப்பின்

பின்னும் நீ சோகத்தின் பின்னும்

நீ... உன்னை நினைக்க இதயம்

படபடக்கும் துடிதுடிக்கும் .. உன்னை

மறக்கும் நொடி வந்தால் என்னை

மாய்த்துகொள்வேன் உன்னை பார்த்துக்கொண்டே....

67. பிரிவின் உணர்வு -சுவாதி

கனவுடன் வாழ்ந்த நாட்கள்
நிறைவேறாத நினைவுகள் இன்பம்
துன்பம் நிறைவு குறைவு நன்மை
தீமை எல்லாம் உன்னுடன்....
என் இதயத்தில் இன்றும் என்றும்
என்றென்றும் எனக்குள்.....
உன்னோடு என்பயனம் காலத்தின்
முடிவால் நினைவுகளால்
மட்டும் ... உனக்குள் என் பயனம் நீ
நினைத்தால் மட்டும்....

68. கனவின் இலக்கு -சுவாதி

மண்ணில் பறந்து விண்னைதொடுவது என் கனவு

அதற்காக சூழலையும் சுலட்டி போட துணிந்தேன் ...

நான் விண்ணில் சாதித்த வெற்றியை கண்டதும் சுழற்றி

போட்ட சூழலும் சிந்தித்தது என் கனவை...

69. களையும் கனவு -சுவாதி

கனவுகள் களையும் போதெல்லாம் மனிதனாகிய
நீ கழங்கிநிற்காதே ... கழைந்த கனவுகள் கூட
கர்வத்தோடு நிற்கிறது..

70. கண்கள்-ஹரிதா ஸ்ரீ

என் பெயரைச் சொல்லிய

உன் கண்களைக் கண்டு

சுயநினைவை இழந்து நின்ற

நிலையிலும் மீண்டும் பார்க்க

தூண்டிய உன் கண்களிலே

தூங்கிட விரும்பும்

என் நெஞ்சம்...!

71. நேரம்- ஹனீஷ்

நீயும் நானும் போகும் தூரம்

வானம் கூட சிறு தூரம்

கவிதை தோன்றும் மாலை நேரம்

மணங்கள் இரண்டும் செரும் நேரம்

பேசும் வார்த்தை இனிக்கும் நேரம்

உன்னோடு வாழும் சில நேரம்

நிம்மதியென வாழ்கையின் நேரம்

என் மனம் சோகத்தில் இருக்கும் நேரம்

உன்னோடு பேசும் நேரம் ஆகும்.

72. அன்றும் இன்றும் - சஞ்சய்

சிரித்து வரவேற்றவர்கள் அன்று

வந்தால் வெறுக்கின்றவர்கள் இன்று

பாசத்தால் பொங்கியவர்கள் அன்று

பணத்தால் பேசுபவர்கள் இன்று

அன்பில் அணைத்தவர்கள் அன்று

ஏமாற்றம் நிறைந்தவர்கள் இன்று

ஆனந்தத்துக்கு எல்லையில்லை அன்று

துன்பத்துக்கு அளவில்லை இன்று

நீதிக்குப் பயந்தவர்கள் அன்று

பொய்மையுடன் பெருகியவர்கள் இன்று

தானத்துக்குத் தடையில்லை அன்று

தர்மத்துக்கு இடமில்லை இன்று

தன்னலம் கருதவில்லை அன்று

சுயநலத்துக்குப் பஞ்சமில்லை இன்று

உறவுகளை மதித்தனர் அன்று

துரோகத்தைச் சந்திக்கின்றனர் இன்று

பாரம்பரியத்தைக் காத்தனர் அன்று

பண்பாட்டை மறந்தனர் இன்று

வீரத்துக்குப் பெயர் போனது அன்று

விளையாட்டு வணிகமானது இன்று

தூய்மை வளர்த்தனர் அன்று

நோய்களை வாங்குகின்றனர் இன்று

விவசாயத்தைப் போற்றினர் அன்று

இயற்கையை அழிக்கின்றனர் இன்று

• 74 •

73. அழகு - காயத்ரி

இளவெயில் காலம் அழகுளனின்
இலையுதிர் காலமும் அழகுதான்

74. அழகு-காயத்ரி

இயற்கையின் படைப்பில்
காக்கையும் அழகுதான் கண்களைக்
கவரும் பச்சிளம் குருவிகளும்
அழகுதான்.

75. அம்முனியோட நெனப்பு  (4)- பாரதி

வெங்கதிர் கதவு தட்டினாங்க,

அட விடியற்காலை வந்தாச்சுங்க

ஆமா அம்முனிய பாக்க

போவோனுமுங்க

பல எண்ணம் உள்ள

ஓடுதுங்க , உள்ளம் ; போகாதத எண்ணி

வருந்துதுங்க...

முன்ன ; போகதத எண்ணி

வருந்துதுங்க ....

அட போற நேரமும் வந்துதுங்க ,

2 ஸ்ட்ரோக் ராஜாவும் என்ன

அழைக்குரானுங்க

அமுனிய பாக்க அழைக்குரானுங்க,

அது அண்ணி மேல

உண்டான பாசமுங்க ....

பறவை போல பறந்தேங்க

காத்துல நான் மிதந்தேங்க

அமுனிய அவடத்திக்கு

பார்த்தேங்க பார்த்ததும்

மயங்கி தவித்தேங்க ..

பார்வைகளை பரிமார ,

வார்த்தைகளே வரவில்லை

எனக்குங்க
அவள் பேச்சோ
இனிப்பு
" லட்டுங்க"
அம்முனி தான்
எப்பவும் என்னோட
" பட்டுங்க "

76. அம்முனியோட நெனப்பு  (3)- பாரதி

நீல வானம் நெறஞ்சு கெடக்குதுங்க ,

அதுல பச்ச கிளி பறந்து போவுதுங்க ,

அத , பாக்கையில வியந்து

நின்றேங்க . காரணம் ,

நேத்து அம்முனிய பார்த்து ரசித்தேங்க ,

அவங்க நெனப்புல சொக்கி ,

" நின்னேங்க

பல கிளிய பார்த்து வந்தேங்க , ஆனா

இந்த கிளி மனசுல விழுந்தேங்க ,

சின்ன சிரிப்புல செத்து போனேங்க

நீ போன போறவு " நானு , நு " அம்முனி

சொன்னாங்க , என்ன மிரட்டி

சொன்னாங்க !!

குட்டி மனசுல முழுகி தவித்தேங்க ,

முத்தம் ஒன்னு வாங்க

நினைத்தேங்க

முடியாது போடா " மாமா " , னு ,

அம்முனி சொன்னாங்க..

சொன்ன பொறவு

அம்முனி கையால

ஒரு " கொட்டுங்க "

எப்பாவும் அம்முனி

தான் என்னோட
" பட்டுங்க ."

தான் என்னோட
" பட்டுங்க ."

77. அம்முனியோட நெனப்பு ♥ (2) - பாரதி

அருமையான அந்தி பொழுதுங்க ,

ஆடுங்கூட மேயுதுங்க ,

இங்க , கரவைக்கு நேரம் ஆச்சுங்க ,

ஈசல் அது பக்கத்துல திரியுதுங்க ,

உழைப்பாளி வர்க்கம் இதுதாங்க ,

ஊர் முழுக்க சுத்தி பார்த்தேங்க , அட

என் அம்முனியோட பேச ஆசைங்க ,

ஏர் போல நடந்தேங்க , முகமலர்ந்தது

" ஐ " இது அம்முனியோட அழைப்புங்க ,

ஒருக்கா பேச நினைத்தேங்க . ஆனா

ஓயாமா பேசி மிதந்தேங்க ,

அன்புல ஆசையா பறந்தேங்க .

அம்முனி கிட்ட பல முறை

தோர்க்க நினைத்தேங்க !!!

நம்ம கட்டுத்தரை

பக்கத்துல,

" சிட்டுங்க "

எப்பவும் அம்முனி

தான் என்னோட

பட்டுங்க ●

78. அம்முனியோடநெனப்பு-
பாரதி

விடியற் காலை , கோழியும் தான்

கூவுதுங்க அட ,

மணியும் தான் ஆவுதுங்க ,

ஆனால் அம்முனியோட பேச்சுங்க ,

அது பல மணிநேரம் ,

தொடர்ந்து போச்சுங்க ...

தூக்கமுந்தான் வரலைங்க ,

ஆனா , கண்முழிக்கவும் முடியலைங்க ,

காரணம் நினைவு முத்திப் போச்சுங்க ,

கனவுல அம்முனியோட மூச்சுங்க ,

அட,

என் தலையணை கூட

அம்முனியா மாறி போச்சுங்க ... ,

மனசுல பல கனவுங்க , அதுல

மிதக்குது எங்க உறவுங்க , அங்க

திறக்குது ஒரு கதவுங்க ,

அது எனக்கு முன்னாடியே

பிறந்த ,

" மொட்டு "

நீ தான் எப்பவும்

என்னோட

. " பட்டு. "

79. என் மனதில் அவள் குரல் !!
-பாரதி

சிறு புள்ளின் எச்சமோ
பல மலை காடு எனின் ,
ஒரு இரவு புலம்பல்
உருவாகியது , அவள்
நினைவு ...
ஒரு முறை பார்க
பல முறை படைதான் ,
இங்கு அவனும் ஓர்
பிழைதான் ,
உழியென நண்பனும் ,
கல் என அவளும் ,
அங்கே காதலாய்
ஓர் சிற்பம் ..
மிளிர கண்டேன் அவள்
உள்ளே பிழை அது
அவளோ ? ஆங்கு
பிழைப்பவன் நானோ ?
பண் மன வேடிக்கையில்
பவளமாய் அவள்
வந்தால் !!!!

80. என் நினைவுடன், நான்-
பாரதி

குளிர் சாதன பெட்டியிலும்,
குறையில்லா வெப்பத்திலும்,
எக்காலமும் ,,,, பிறர்
மனம் மொழியாத
நிலை குழையா,
மனமிதுவே ..
மதுவுண்ட வண்டை போல்
மதி மயங்கி நான் திரிய,
மயக்கிய கண்களுக்கு
அலங்கார பணியிலே
அவள் அமர ..
ஆனந்த பேச்சு இங்கு
அத்தோடு போயிற்று,
கண் குளிரும் பார்வையிலே
கலையாக அவள்
மிளிர்ந்தாள் ,,
இங்கு
கடுக்கணிந்த காதுக்குள்ளே
தடுக்க நம்பி - ய
தம்பி என்ற வார்த்தை
ஏனோ ?

81. கரு . நில ஒளி , அவள்
-பாரதி

கருநிற போர்வையிலே ,
வெண்ணிற நிலவொளியாம் ,
அங்கு , தென்றலை
கேட்டறிந்தேன் , காலம்
எதுவென ?
இரவது முழுநிலவு ,
விடிந்ததும் வெங்கதிரோன் ,
மறுக்கிறேன் என்னவளே
நித்தமும் நீதானடி !
கண்ணிலே நீர்வடிய
கதியென , நீ
" மொழிய " , பன்மொழி
வார்த்தையிலே சில
முறை விழுந்தேனே !
விழுந்தெழுந்த
வார்த்தைகளில் ,
வியப்பது அறிந்தேனே ;
கருநில ஒளி அவள் " ,
பகலிலே தென்படாள் !

82. காதல் கடலது- பாரதி

மனம் தேடும் உன்னை
கனம் காதல் கொள்ள ,
மதி ஏவல் செய்ய
கதி நீயே என்றேன் ,
அவளிடமே !!
நிலவு முகமதிலே
களவு கண்தெரிய ,
பதில் அவள்
மொழிய ;
காதல் கடலதிலே
நித்தம் கறை
கடந்தேன் !! .

83. புதிய அவளின் , இறுதி நிமிடம்- பாரதி

துளைந்தவை ,
துளைந்தவையாகவே
தூங்கட்டும் ,
துவண்ட மனது
துன்புற்று போகட்டும் ,
பல எதிர் பார்ப்புகளும் ,
புதிர் வைத்து கொள்ளட்டும் ,
எதையும் தாங்கும் மனம் தான்
என்னிடம் உள்ளதே !
மதிகெட்டு மண்ணில் திரிந்து
மதுவிற்கு கதியாகும் அற்ப
மானிடனோ நான் !
அன்று...
உன் நினைவு அழிக்கும்
போராட்டத்தில் , என்
பெயர் கஜினி முகமதோ ?
அவனுக்கு கிடைத்த 18 ஆம்
வெற்றி கூட ,
எனக்கு ஜயமே ,
காரணம் நீ யானாய்
என் புதியவளே ! !
இனி வழி , மாற்றுவது

சற்று வலியானதே . ,
இருக்கட்டும் !!!
(இனிதே முற்று பெற்றாள் என் • புதிய அவள்)

84. புதிய அவள்- பாரதி

உன்னை துளைத்த
நேரங்களில் , உன்
வரிகளோடு
பேச பழகிய
நான்;
ஊமை மொழியும்
கற்றுக்கொண்டேன்
புதிய அவளே ♥ !!
தூக்கம் துலைந்த
இரவில் , துணையாக
உன் உரையாடலோ ;
உறைந்து போன
என் இதயத்தை ,
உறங்க வைக்கிறது
கண்மூடா ,
கடனாளியாக ,
உன் நினைவை
கடன்வாங்கி அதில் ...
என் உள்ளம் குளிர்ந்து
கொண்டேன் .... !
பல வித குழப்பங்களும்
திங்களில் தித்திக்குமே ,
என்ற நம்பிக்கையில் நான் ..
ஆனால் அவளோ ?

85. நண்பன்- பாரதி

நண்பன் கல்லூரி காலம் கூட ,

கண்மூடி செல்லுமே ,

அவன் கூட வாழ்த்த

நாட்கள் அழியாது

நிற்குமே !

உள்ளூர கூடும் பாசம்

உரையாடவைக்குமே..

எப்போதும் பார்க்கும்

போது கொண்டாட

செய்யுமே !

பசிக்கமால் ஊட்டும்

கைகள் , என் நண்பனே ,

அவனோடு நானும்

இங்கே கொண்டாட்டமே !

பல சேட்டை செய்யும்

குணமே , சிறுவயதிலே ,

அவன்சுட்டும்

தவறும் இங்கே

சரியானதே !!

எந்நாளும் இந்த

உறவு , மறையாமல்

செல்லுமோ

தயங்காமல் நானும்

சொல்வேன்

நீயும் என்
நண்பனே.

நீயும் என்
நண்பனே.

86. புதிய அவளின் இறுதி பழக்கம் - பாரதி

உறையா இரத்தம் கூட
உடம்பில் உறைந்து போனது
அந்த இரவில் அவளது
நினைப்பில் , உருகியது
நானா மெழுகா ?
பல செய்தி பரிமாற்றங்களும் ,
பக்குவத்தை ஏற்படுத்தியது ,
நானோ அவள் குணம்
சித்தரித்தேன் !
நம் வாழ்க்கை வேறு
இங்கு , அவள் உலகம்
மாற்று அங்கு ஒப்பாக
நிலையே என்று உண்ணுலே
தேற்றிக்கொள் !!
பல நேரம் கழிந்த
பின்னும் , ஒரு கேள்வி
மொழிந்த மனது அதற்கு
பதிலை நானோ என்னுள்ளே ,
சொல்லிக் கொள்ள !!!
என் நான்கு நாட்கள்
தானே , மண்ணாக
போனது , பின்னென்ன

வாழ்வில் இன்னும் பல ,
நாழி'கை ' உள்ளது !
தவறறிந்து விழுந்த
பின்பும் , தலைகனம்
கொண்டு " எழ " அது
தலைவன் பண்பே !!

87. எதிர்பார்ப்பில் பிழை !!
-பாரதி

எதிர் பாக்க இயலா ,

எதிர் கருத்துக்களும் ,

எதிர் பாரா ,

வண்ணம் வருமே ,

தன் எண்ணம்

கூறும் பிழைகளை

நீ ஏற்று நடந்தால் !!

பிறர் மனம் நோக

நடப்பதும் , அவர்

குளிர இருப்பதும் , உன்

எண்ண வார்த்தைகளில்

தானோ ?

உன்னிடமும் மனமுண்டு

அது கூறும் வார்த்தைகளை

மறவாதே !!

88. பழகிய அவள்-பாரதி

ஓவியன் வரையா
ஓவியமோ !
சிற்பி செதுக்கா
சிற்பமோ !
கவிஞன் எழுதா
கவிதையோ !
கண்டேன் அவள்
பேச்சிலே அழகு
" தமிழ் " பேச்சிலே
தூரவானம் கூட தூறல்
நிறுத்தும் , அவள்
சிரிப்பில் என்ன
காந்தமோ ?
என்மதில் ஏன் இந்த
சலனம் ?
காரணம் கிடைக்கா
காதலன் நானே ?
கேள்விக்கு பதில்
இல்லா விடையானேன் ,
குறுகிய காலத்திலே !
பரி வேகமிவன் கூட ,
நத்தையின் நன்பனான்
அவள் நினைப்பினால்
வேக துடிப்பினால்

| இரு மூவேழே வார்த்தை
தான் ,, முப்பொழுதும் நினைக்க
அவள் முகம் * மாயம் செய்தது !

89. இறந்தகால இன்பம் அவள் - பாரதி

விடுப்பு அறிந்த
மழலை போல ..
அவள் அழைப்பு
அறிந்து நான்
கொண்டே
மோகம்..
பூமிப்பந்தை சுற்றி
எரியும் காலத்தே ..
அவள் நினைவும்
தான் சுழன்றது
என் உள்ளத்தே !!
பென்சில் எழுத்து
நிகழ்வு கூட ,
இன்று " மை போல
திகழ்ந்ததே என்னுள்
அழியாமல் !!
என் மனதில் பூத்தது
தற்பொழுது ஆங்கே
அவள் மனதில்
மணந்ததே மலராக !!
ஆனால் காலம்
சுலன்றதே .. என் கண்ணில்

கடமை தெரிந்ததே !!
நினைத்து பயனில்லை ,
அவளை நினைக்காத
நாளும் தான்
எனக்கில்லையே !!

90. காதலின் ஓசை-பாரதி

காதல் யானையின்
கடைசி பாகனாய்
வேய் பிறை திறந்து
காட்டினும் ,, கரும்பங்காடு
ஆயினும் பிழையின்றி ..
ஓசை நாடி வந்த ,
நான் சற்று கவனம்
சிதறினேன் .
ஒரு முலபூவினை
உனக்கு , சூடும்
முயற்சியில் .....
நேசம் நாடினேன்
தெருவில் புரண்ட
நான் ,, தட்டிக்
கொடுத்தது உந்தன்
ஓசையோ ?
தேனின் இனிமை தான் ,
அது தரும் அர்த்தமே ,
அந்த சொல்லில் நான் ,,
மயங்க நின்றேனே !!
இன்றைய பொழுதது
இனிமையின் மடியினில் ..
நாளையாவது
இதையம்

தொடுவேனோ ?

தொடுவேனோ ?

91. முப்பொழுதும் உன் கற்பனைகள் -பாரதி

முப்பொழுதும் உன்
கற்பனைகளில் ,
ஏப்பொழுதும் நான்
இருக்க !!
வாய் பேச
நினைப்பதெல்லாம் ..
எண்ணம் வழி
வந்திட தடுமாறும்
கணமேனோ ?
அவள் மனதில்
நான் எங்கோ ?
என் மனதில்
" பசுமரத் தாணியாக "
.. தேனருவி வார்த்தைகளில்
அவள் அழகை
வர்ணிக்க ,
ஏக்க கேள்வி எல்லாம்
எண்ணுளுள்ளே ,,
வந்து செல்வது ..
அவள் என்னை
நினைப்பாளோ

92. மொழி தொடர்பு- பாரதி

அவள் அழகை
அவளுடன்
வெளிப்படுத்த ஏக்கம்
தான் எனக்கு !!
தூதனை நான் அழைக்க ,
அவனும் வந்தான்
வெள்ளை காகிதமாக !!
எண்ணம் சொல்கிறது
பலகவி வண்ணத்தை
ஆனால் அவளோ என்னை
எண்ணுவாளோ ?
ஐயம் தான் எனக்கு ,
இருந்தும் அவள்
அழகினை என்னை
தவிர யாரும் வர்ணிக்க
முடியாது . என்ற
" கர்வத்தோடு "
துவங்கிய கிருக்களை
நித்தம் முடிக்க திட்ட
மிட்டேன் என் மொழி
கொண்ட அவள்
அழகினை !!
முடிவில் தான் தெரிந்தது
'' அவள்மீதானா ''

வர்ணனையை விட
" என் மொழிமீதான "
" காதலே " என்
" உயிர் * என . !!

93. களவில்லா களவன் !! - பாரதி

நினைக்க இயலா
நினைவுடன் ,
புண்பட்ட களவனாக
நான் இங்கே !!
அளவு கடந்த களவை
குப்பைத்தொட்டி நாடி
நினைத்து பார்க்க ...
நினைவு அழிக்கும் ,
சூழ்நிலையில் என்
அன்றில் அங்கே !
இந்நிலையில் நான்
கொண்ட களவு
எங்கே ?

94. ஜல்லிக்கட்டு- பாரதி

தமிழர் திருநாளாம்
பொங்கல் திருநாளில் ,
தெய்வ அலங்காரம் ,
சிலை உருவில்
நம் கதிர் நின்றான்
ஆம் , காளை
நின்றது !!
விடியற்காலை
பொன்னிற வேலை
மண்ணோடு புரண்டு ,
திமில் பிடிக்க துடித்து
, மாண்ட மறுத்து ,
மாடு பிடிக்க துணிந்து
மானத்தோடு கிளம்பி
யாயிற்று .....
ஆடவர் காளை
ஆங்கே !!
முறுக்கு மீசை யொடு
முழங்கால் வேட்டி கட்டி ,
இரும்பு கரம் அது ;
பாய நின்றது !!
வீர விளையாட்டது ,
என் பாட்டன் துவங்க ,
நான் இறங்கினேன்

இந்நாளிலே !!
மாட்டுப் பொங்கல்
என்னும்
நன்னாளிலே !!

இந்நாளிலே !!
மாட்டுப் பொங்கல்
என்னும்
நன்னாளிலே !!

95. காதல் கடிதம் - பாரதி

எண்ணமெல்லாம்

பல வண்ணமாக ,

ஆசை தனை அழக்காமல்

ஆட்பரிக்கும்

அருவியாக

காதல் கடிதம் எழுதிவரும் ,

அழகே உருவம் கொண்ட

அரசியடி நீ !!

உன்

அன்பு மொழி உலவி

வரும் வெள்ளை

காகிதமே !!

உன்னை தூது விட

யார் வேண்டும் ,

தலைவன் தன்னை

மறந்து நிற்கும்

அழகிய

வெண்புறாவா ?

தலைவன் கை

சேர்ந்ததுமே

மணவார்த்தை

துவங்கிடலாம்

சென்று வா

வெண்புறாவே !!

96. புத்தாண்டு - பாரதி

வன்பகை தீயை
வளர்த்திடும் தீயோர் தம்மை ,
அன்பெனும் சக்தி கொண்டே
அனைத்திட அமைதி கூடும் ,
இன்பமே திகழும் ,
பாரில் அந்நியர் யாரும் இல்லை ,
என்ற பேருண்மைத் தோன்ற
எழுந்திடும் ,, புதிய ஆண்டே வருக வருக !!
இனிய ஆங்கில புத்தாண்டு நல்வாழ்த்துக்கள்.

97. ''கற்பித்தல் ''- பாரதி

தமிழ் புத்தகம் வழி
அவள் பாடம் மொழிய ,
நான் மொழியை உணர ,
கவிஞன் புரிந்த காதல் ,
கவித்துவம் விளங்க ,
இலக்கியத்தின்
உள்ளே சென்று
' தவள்கிறேனே '
மனம் குளிர
' மிதக்கிறேனே ' ,
ஆங்கே ,
நான் தமிழ் கண்டு
' வியக்கிறேனே ' !!
அன்றே தீர்மானிக்க
, நானும் ஒரு கருவியாக ,
எனது செல்வங்களையும்
மிதக்க விடவேண்டும் :
' அழகு தமிழ் கொண்டு
ஒரு '' தமிழ் '' ஆசிரியனாகா !!

98. சமத்துவம் நோக்கிய ஒரு பயணம் !!-பாரதி

சாதியம் உணர்ந்து ,

சட்டம் பயின்று ,

உரிமை கொடுத்து ,

சமத்துவத்தை விதைத்தால் ,

ஆங்கே

அன்பு குடியேறும் !!

மூளைச்சலவை செய்வதன் வித்து ,

தகுதியான முடிவெனில் ,

பிறகு ஏன் பிறர்

கூற்று நாட வேண்டும்

சுயசிந்தனை ' சலவை ' மூலம் ,

'' சமத்துவம் '' கிட்டும் கால

அவகாசம் கொஞ்சம்

அதிகம் தான் !!

அந்த குறுகிய காலத்தில்

அர்ப்பர் செயல் இருக்கிறதே

' அப்பப்பா ' '

எரி'தீ'யில் வெந்தால் வாழ்

தகுதி உண்டேல் ,

சா ' தீ ' யில் பட்டால்

உடலே !!

ஆங்கே நீசாக

தகுதி இழப்பாய் ,
அர்ப்பசாவும் உடலை
ஏளனம் செய்யுமே !!
அப்பொழுது
என் செய்வாய் நீ
உன் சாதி கொண்டு ??

99. நூலகம் !- பாரதி

அந்த அறையில்

தூங்கிய

அவனை

அழைத்தது ..

புத்தகத்தின் வழியே ,

வெளி உலகிற்கு

அழைத்து செல்ல ,

அதுவே !

அவனை மீண்டும்

ஆங்கே அவ்வறைக்கு

அழைத்து வந்தது !

ஏன் அந்த காரணம்

விளங்கவில்லையோ ?

எழுதச்சொள்ள தான் ...

ஆனால் கவிஞனாக ..

" தமிழ் புலவனாக " !

100. "விவசாயின் வாழ்க்கை "-
பாரதி

வேளாண் தொழில்
எனக்கே , எற்பாட்டில்
விழிப்பதனால் !!
புள் சத்தம் இசை ஆசுங்க ,
காளை கூட என்
குழந்தை தானுங்க !!
கோட்டு சூட்டு ,
ஆடம்பரங்க , கோவணமோ
எங்களுக்கு அவசியமுங்க !
! ஆவின் பால்
தேவையில்லைங்க ,
தூய " ஆ " வின் பால்
எங்க வசமுங்க , கட்டுத்தறையில
எங்க வசமுங்க !!
ஏர் பூட்டி , நடவு நடுவமுங்க ,
பச்சை பாய விறிப்பமுங்க ,
எலி கிழிக்கு , கூட பங்கு
தருவமுங்க !!
நான் மருதநிலத்தின்
தலைவனுங்க , என்பேரு
" விவசாயிங்க . ")

101. காவி பாரதி

காத்தால வெரசா எழுந்து கெணத்துல தண்ணி வாத்து ,

ஆத்தா கையால கஞ்சி குடிச்சு ,

" நாட்டு மாடு " வெ

ச்சு பால் கறந்து .

சக்கரை நோய் நா என்ன ? " ,

என்ற கேள்வி யோட

ஓடம்ப " கள்ளு போல வெச்சு இருந்தது எல்லாம் ,

என்ற " ஐயங் " காலதோட போச்சுங்க .

காலைல

அபாய அறிவிப்பு (Alaram) வெச்சு பத்து மணிக்கு எழுந்து

மடிக்கணினி மோகத்துல நல்ல சோறு கூட உங்காம ,

நல்ல தூக்கம் தூங்காம ,

கண்டதையும் ,

" உண்ணு " சின்ன வயசுல

" சக்கரை நோய் * ய நாம ஆட்கொள்ளும் காலம் வந்துருச்சுங்க ...

102. -பாரதி

அறிவு விளக்கை ஏற்றும்
கலங்கரை விளக்கு என்
' ஆசிரியர் ' '

103. கையெழுத்து -பாரதி

தலையெழுத்தை மாற்றும்

எழுத்துள்ளதெனின் ,

" கையெழுத்தே "

104. தனிமை-பாரதி

உரிமையோடுசிலரை உறவென
நினைத்தது தவறென உணர்ந்ததும்
தனிமை உரிமையானது

105. மனசாட்சி - பாரதி

உன் செயலில் நீதியில்லையேல் ,,
என் உருத்தலில் பயன் இல்லை
இப்படிக்கு " மனசாட்சி "

106. அலைந்து திரிந்த ஆன்மா-

பாரதி

இரவிலும் நகரப்பேருந்தாய் , வலம் வந்து . விமானம் போல மேலே
சென்றேன் .

சிறு மின்மினி பூச்சிகளாய் , நட்சத்திரங்கள் மின்னிக் கொண்டிருக்க ,
பரவெளியில் நான்
மிதக்கிறேன் " .

ஆனால் உள்ளே எதோ உறுத்தல் ,
ஆம் என் மகள் நினைப்பே
அவள் கண் விழித்தவுடன் என்கண் தேடுவாள் , என்று .
அந்த நினைப்புடன் . இந்த ஆன்மாவிற்கு கூட கண் கலங்கியது .
என் கடந்தகாலத்தை நினைத்தா ?
அல்ல !
அவள் எதிர் காலத்தை நினைத்தா ?
எங்களை சபிக்கும் அளவிற்கு நாங்கள் என்ன தீய சக்தியா ?
எங்களுக்கும் ஆசா பாசம் உண்டு . ஒரே வேறுபாடு .
இறப்பிற்கு பின்னல் எங்களுக்கு உடல் இல்லை !!!
வாழும் தங்களுக்கு இதயம் இல்லை . !! வாழும்போலுது அரசனோ ,
ஆண்டியோ இறந்ததும் அவர்கள் தங்கள் கண்ணக்களுக்கு
தெரிய மாட்டார் .. என்னும்
எண்ணத்தை குறிக்கிறதா . தங்கள் பேச்சும் பழமையும் ?
. தங்கள் சிரமத்தை எண்ணி !! என் கீழ் வீட்டில் இருந்து மேல்லோகம்
சென்றேன் போன
பின்னும் நான் தான் பரமோ ?

தங்கள் புலம்பல் உணர்த்தியது !!
வாழ நினைத்தால் வாழலாம் !
உணர்ந்து கொண்டேன்
எப்பொழுது ?
உடலை பிரிந்து ஆன்மாவாய் அலைந்தபோது ... தீ

107. உணர்ச்சி என்னை தூண்டும் பொழுது , உன் நினைப்பே என உறுதி கூறுகிறேன் -பாரதி

உணர்ச்சி என்னை தூண்டும் பொழுது ,

உன் நினைப்பே என உறுதி கூறுகிறேன் ,

உன் நிலவுமுக நினைப்போடு கிளம்பிய நான் , போதை வண்டு போல்

ஆடினேன் .

முகத்தில் ஒரு குறுஞ்சிரிப்பு தடுமாறும் கால்கள் . உன்னை வர்நிக்கத்

துடிக்கும் உதடு ,

தரையில் வாகனம் படாமல் கிளம்பிய என்னை , வழியனுப்பி வைகு

காளை ,

கத்தியதோ மா மா என எனக்கு கேட்டதோ " மாமா வா என்று அவள்

குரல் ,

போகும் வழியெல்லாம் உன் நினைவுகளே மலரே , கோவில் மணி ஓசை

, உன்

கொழுசின் ஓசையை நினைவு கூறியது

பல்லாக்கு போல உன்னை நானும் தூக்கி , அந்த வாய்க்கால் வழி

உறுத்தியது ,

நினைப்பு எதிர் எதிரே !! நின்று வெக்கத்துடன் என்னை கண்டும் கான

கால்கள் ,

ஓடும் உன் பின் என்னை திரும்பி பார்த்து சிறை பிடிக்கும் உன் அதில்

ஆயுள் கைதியாய் நான் !

உன் கண்ணாடி வளையல் அணிந்த கையில் ஒரு சொய தாணீருடன்

வரவேற்கும் உன் காதல் ,

கொடுத்த சொம்போட வெக்கத்தில் நீ ,

குடிக்காத தண்ணீருக்கு வாய் துடைக்கும் நான்

என்னை பைதியம் போல பாக்கும் மாமா !

கோழி அடிச்சு கொலம்பு வெச்சதுக்கு கூட ஏங்காத நான் , ஏங்கியது

எதுக்கு ?

" மாமா சாப்பிட வாங்க * இதுக்கு தான் நினைவுகளுடன் கிளம்பிய

நான் ,

கண்கலங்கி வழியனுப்பியும் ,

அடுத்த தவனைக்கு ஏங்கும் என்னவள் !

விரைந்து வீடு சென்று நினைவுகளை கண்ணிர்கமல எழுதினேன் !

அதை கண்டோ என்னவோ விலக்கமாருடன் என் அம்மா ! "

108. காய்கறிகள்-பாரதி

என் வித்தை உருவாக்கி ,

விதையிலிருந்து

விலையவித்தவன் , ஒருவனே

அவன் என் விலையை கூடவா நிர்ணயம் பண்ணகுடாது ?

விலையயவைத்தவனைக்

காட்டினும் , விலையை வைத்தவனின் வீடென்ன ? , காரென்ன ?

ஆனால் விலையயவைத்தவன் சொத்து மாட்டு வண்டியே !!!

நான் கூறுவது மக்களுக்கு புரிவதால் தான் என்னவோ , என்னை

வெட்டும் பொழுது கண்கலங்கும் என்ற ஒரு குரல் ,

யார் அது ?

109. வெங்காயம்-பாரதி

என் வாழ்வின்
வெறுமையை உணர்த்தியதோ ,
வெங்காயம் !!

110. குப்பைத் தொட்டி-பாரதி

ஊர் முற்றத்தில் இருக்கும் என்மீது

உங்கள் கழிவுடன் ,

குழந்தையுமா ?

மக்கியதையும் மக்காததையும் என்மேல் போட்ட தங்களுக்கு ,

தங்களது எண்ணங்களில் ஓடும் கழிவு , நாற்றம் அடிப்பது , ஏன்

தெரியவில்லை ??

என்னை அப்புறப்படு நீ வருவதுதான் வெக்கக்கேடு :

என் மணம் பொறுக்க வில்லையோ ?

தங்கள் மன அழுக்கை காடினும் என் அழுக்கு மேலே

என்ற எண்ணத்துடன் என் பேன எழுத்தை நிறுத்திக்

கொண்டது

மேலும் எழுதினாலி போவது என் மானமும் தானே !!

111. குழந்தை !! - பாரதி

மரித்த மனம்

மீண்டும் உயிர்ப்பது ,

மழலையால் !!

112. பிறந்த குழந்தை !!!- பாரதி

மருத்துவமனை தொட்டிலில் கூச்சல் !!

வரண்டாவில் அங்கும் இங்குமாக அவர் !!!

ஆழ்ந்த மயக்கத்தில் அவள் தன் குழந்தையை காண !!

முத்து சிரிப்பாள் அவளை தன் வசம் செய்தது குழந்தை !

துரு துரு பார்வைகள் ,

புரியா மொழியின் கோர்வைகள் ,

ஒருங்கே கண்டேன் உன்னிடத்தே !

அளப்பரிய தேகமும்

வலிக்கொணர்ந்த நெஞ்சமும்

சரியக்கண்டேன் என்னிடத்தே .

சகலமும் அறிந்த எனக்கு

என் குழந்தை அழுகிறது என்ற ஏக்கம் கூட

பஞ்சுமிட்டாய் போன்ற கன்னத்தில் முத்த மழையில் அவர்

தொட்டு தொட்டு பார்த்தாலும்

சுகம் !

கண்ணு நிறைய நிறைச்சாலும் சுகம் !!

கையேந்தி வாங்கி அணைச்சாலும் சுகம் !!

கடை தூரம் நின்று நினைச்சாலும் சுகம் !!

பிறந்த பிறப்பின் பேரு கண்டு சிரிக்கும்

குழந்தை பிறப்பே சுகமோ சுகமோ சுகம் !!!

113. குழந்தையின் சிரிப்பு-பாரதி

சிரிப்பாள் என்னை,
தன் வசம் இழுத்தது
குழந்தை !

114. குழந்தை !! - பாரதி

அவன் செய்யும் சிறு தவறும்
பெற்றோருக்கு பெருமையே
குழந்தை !

115. பூவின் சிரிப்பு-பாரதி

வாசனை திரவியம் கண்டு

வாய்விட்டு சிரித்த

பூக்கள் !!

116. என்பெயர் பூ !!! -பாரதி

செடியில் பிறந்து ,
பெண் தலையில் அமர்ந்து ,
என்னை ரசிக்கும் முகம் பார்ப்பேன் ,
நான் " பூ "

117. வேறு வழி இல்லை !! - பாரதி

இத்துணை இன்றி , எத்துணை செய்வேனோ

என் எதிர் காலத்தை மாற்ற வேறு வழி இல்லை

ஆனாலும் , ஆனந்தமே !!

என் பள்ளி பரும் கூட பரவசமே , ஆனால் மீண்டும் வாழ வேறு வழி

இல்லை , அறிந்தும்

ஓர் ஏக்கம் !!

வேறு வழி இல்லாமல் தமிழ் எடுத்ததாக புன்னகைக்கும் ,

சிலர் :

வேறு எதற்கும் வழி குடுக்காமல் எடுத்த நிம்மதியுடன் .

நான் !!

வேறு வழி இல்லை என்று எடுக்கும் முடிவு கூட ஆனந்தமே சிலருக்கு

ஆனால் ?

அந்த கட்டாயத்திற்கு தள்ளபடுவதற்கு யார் காரணம் ?

அதற்கும் " வேறு வழி இல்லாமல் தான் " என்று கூறுபவர்கள் என்

பாணியில் மூடர்களே !!

இத்தமிழ் துணையின்றி எத்துணை செய்வேனோ !!

118. நண்பன் !!-பாரதி

எங்கோ பிறந்த நாம் இரட்டைக்காப்பியம் ஆனோம் காரணம் ?

நம் உடல்தான் வேறு ஆனால் , உன் மனது எண்மனதே , என் மனது

நம்மனதே , !!

நண்பா உனை வரைய வேண்டும் ஆனால் முடியவில்லை ஏன் தெரியுமா

?

உன் உருவ வரைபாடுசுலபம் , ஆனால் குணத்தை ஒரு காகிதத்தில்

அடக்குவது எழிமை

அன்று !!

இறைவன் இருப்பின் நமக்கு போதுவானவன் ,

இந்த

வானமும் பூமியும் இயற்கையின் சொத்து !!

இன்பமும் துன்பமும் மனிதரின் சொத்து !!

நீயும் நானும் அம்மாவின் படைப்பு !!

என்றும் பிரிய கூடாது " நம்முடை நட்பு !!

" கண்ணில் ஒரு மின்னல் " !!

" முகத்தில் ஒரு சிரிப்பு !!

" சிரிப்பில் ஒரு பாசம் " !!

" பாசத்தில் ஒரு நேசம் " !!

" நேசத்தில் ஒரு இதயம் " !!

அந்த இதயத்தில் என்றும் என் நண்பன் நீ

உனக்கு மட்டும் அல்ல யானைக்கும்

' மதம் பிடிக்க கூடாது

என்பது என் ஆசையடா . !!

119. நட்பு !! -பாரதி

---- +++ இணைந்த இதயங்களின்
கோட்டில் நடக்கிறேன்
நட்புடன் !! நட்பு !!

120. நண்பன் !!! - பாரதி

உறவிற்கு அப்பாற்பட்ட உணர்வு ,

அந்த உணர்வை மிஞ்சிய உறவு ,

நண்பன் !!

121. என் தோழி !! - பாரதி

திட்டிய வர்த்தையோ எருமை ,

பாசமோ பால் போன்ற வெண்மை ,

என் தோழி !!

122. தமிழ் மாணவன்-பாரதி

வேறுவழி இல்லாமல்
எடுத்ததாக எண்ணி சிரிக்கும் ,
சிலர் .
வேரு எதற்கும் வழி
" கொடுக்காமல் "
எடுத்த பெருமையுடன் ,
நான்
தமிழ்மாணவன்
தமிழ் !!

123. தவறவிட்ட வாய்ப்புகள்
-பாரதி

சில நினைவுகளை அடக்கிய நாம் தெரிந்து கொண்டது கையளவே ,

பல நுணுக்கத்தை பெற்று ஒரு நல்ல நிலையை அடைந்த அவன் ,

கூடவருந்துவான் ?

அவன் தவறவிட்ட வாய்ப்புகளை எண்ணி !!

நேற்றைய தவறிய வாய்ப்பு எனின் அருமருந்து !!

அஃதே இன்றைய நாளில் அருவிருந்து நாம் அடைந்தால்!!

நல்லதை தொடர்வது நல்லதெனில் தீமையை தொடர்வது தீமையா ?

அந்த தீமையை தொடர்ந்து ஒரு வாய்ப்பை தவறித்தான் பார்ப்போமே !!

தலைவன் தலைவியைப் பல வழி நோக்கினான் அஃது பகர்குறி ,

இரவுக்குறி !!

ஆங்கே அல்லக்குறியும் அடங்குமே !!

124. விலையாட்டுக்களின் இருள்
முனை-பாரதி

தோல்வி என்னும் அடிசருக்கில் தான்

நமக்கு .

வெற்றி என்னும்

முதல் படி

கிடைக்கும் .

வியர்வை சிந்தும் வீரனும் சரி ,

அவனுக்கு பயிற்சி குடுப்பவருக்கும் சரி , மேன்மை உடையவன் மூச்சு

" காகிதம் " தானே , அவன் சுயநலம் உன் " உழைப்பா " ?

வெற்றியோ , தோல்லியோ . அவனுக்கு வந்து சேரும் முன்பே அங்கு

பெட்டி மாறும் !!

தமிழில் எத்தனை வார்த்தைகள் .

வாழ்வில் ஒன்றும் அருகில் இல்லையே ...

முயற்சி என்ற ஒன்றை தூண்டிலிட்டும் ,

வலையில் அகப்படவில்லை

எதுவும் ,

நம்பிக்கையோடு

மீண்டும்

வலை விரித்து

காத்திருக்கிறேன் !!

125. டிராக்டர் வரவினில்-பாரதி

காளைகளின்றி ஓய்வு

எடுக்கிறது ...

கட்டுத்தறி புகுந்த

மாட்டு வண்டி ...

126. இக்கரைக்கு அக்கரை

பச்சை-பாரதி

போதுமென்ற மனப்பான்மை நீங்கிய சமூகம் ,

இறப்பிற்கு பிந்தைய நிலையையும் ஆசைப்படுமோ ?

இக்கரைக்கு அக்கரை பச்சையோ என்ற மனப்பான்மை தொடரும் எங்கு

இருந்து தெரியுமா ?

குழந்தைக்கு வளர்ந்தவனாகிவிட ஆசை ,

பெற்றோர்களுக்கு குழந்தை மீது

ஏக்கம் !!

வறுமைக்கு பணத்தோடு . பணக்காரன் ஆக ஆசை ,

பணக்காரனுக்கு வறுமையின் போது கிடைத்த தூக்கத்தின் மீது ஏக்கம் !

ஒன்றை விட ஒன்று உயர்வே இச்சமூகத்தில் போதும் மனப்பான்மை

அன்று

அருகே உள்ள பொருளை காண தவறிய கண்ணுக்கு

தூரத்தில் இருக்கும் பொருள் தென்படும் . ஆங்கே நாடிஓடும் ..

அது கண்ணின் குற்றம் அன்று .

" தன்மையே "

மனதில் ஆசைகளை அடக்குபவனும் ,

ஏக்கம் தனைபுலிக்கும் என ஒதுக்குபவனும் தான்

எக்காலத்திலும் வெற்றிச்செல்வன் !!

127. மனிதனின் முகமூடி -பாரதி

பெயர் வைத்து பிறந்தவரும் அன்று .

இன்று பெயர் இல்லாமல் இறந்தவரும் அன்று !!

இந்த வாழ்க்கை ஓட்டத்தில் , நாம் உபயோகித்து தூக்கிப்போடும் முகமூ-

டிகள் ,

எத்துணை ??

எந்த துணையும் அல்ல , சூழ்நிலைக்கு ஏற்ப மாறுவது மானிடன்

இயல்பே !! அதே உச்ச

நிலை என்றால் ?

அரசியல் என்று .

நாட்டை கூறு போடும் .

மனிதன் தனக்கு இட்ட முகமூடி ,

அரசியல்வாதி !!

செய்த கடமைக்கும் பணம் பெறும் மானிடன் ,, தனக்கு சூடிய முகமூடி

வாக்காளர் !!!

" முகமே " உள்ளிருக்கும் '

"அகமே " (மனது)

உன் கணுக்கு முகமூடி மானிடன் கூட தெரிவானோ ??

மனம் என்னை வருத்தும் உன் நினைப்பு அடுத்தவனுக்கு வரக்கூடாது

என்று !!

ஆம் என் ,, மனது யார் முகமூடி என்னும் தேடலில் :

ஆனால் என்னை இவனும் முகமூடியா ??

என்ற தேடல் துவங்குமோ ... .

" அகம் மூடி "

, " ஆயிரம் முகமூடி "

, தினம் கோடி , மனிதர்கள் தங்களைத் தினம் தேடி .
மீண்டும் மீண்டு தொலைக்கிறோம் ,. அவர் அவரை ...

128. தண்ணீர்- பாரதி

தலைவன் , தலைவிக்கு தாகம் தணிக்க ,, தனித்து பிறந்த ...
பூமி ஜீவனின் வித்து
" தண்ணீர் " நான் இருக்க !!
என்னை அள்ளிக்குடித்த காலம் , போய் மோட்டார் வைத்து குடிக்க
சொல்லுதோ ,, ?
மழைதண்ணி ஏதுமில்லை ,,
மாடு ஆடுக்கும் புல்லில்லை .. !!!
களத்துமேட்டு கம்மாயில
களிமண்ண தவிர ஒண்ணுமில்லை .. !!!
இன்றும் துளி நீரைக்
கண்களிலே காணவில்லை .. !!
பாலாறு பலகோடி விலைபோனது .. !!!
வைகையுமே மணல் அள்ள மலடானது . !
தாமிரவருணி கார்ப்பரேட்டின் குளமானது . !!!!
காவிரியில் நீர்வந்தும் நாளானது . !!!!
இந்நிலையே நிலையென்றால் என்னாவது ?
தலைநகரின் தலையெழுத்து தடுமாறுது . !
எங்க மக்களுக்கு !
வேளாண்மை செழிக்க வில்லை ,
வேந்தனுக்கு வலி இல்லை ,
வேறுவழியு மில்லை , நீர்காக்க
வேங்கையாய் புறப்படு இளைஞனே . !!!

129. என் அன்றாட வாழ்வில் - பாரதி

கோழி கூவுது , கூட

மாடும் கத்துது

அட கரவைக்கு நேரமாச்சு

உனக்கென்ன காத்தால தூக்கம் டா ??

அம்மா ?

சாணி வழிச்சு ,

கட்டுத்தரை கூட்டி , தவுடு கலக்கி , மாடு புடிச்சா

கோழிய நீக்கி விட்டு ..

" நு " ஆத்தா சத்தம் போட , ஓடி போய் நீக்கி உட்டுட்டு

கறந்த பால

" society " க்குக்

கொண்டு போற வழில ..

" மாமன் , மச்சான் நு " எல்லாரையும் பாத்துட்டு ..

ஒரு வழியா ஊட்டுக்கு போன

" online class " க்கு

நேரமாச்சு குளிச்சு கிட்டு நேரமே போ ாறனு , அம்மா !

போறது " online class "

ஆஇருந்தாலும் தலைக்கு எண்ணெய் வெச்சுகிட்டு போடாணு , அப்பா !!

இவங்க மத்தியில

" students am | audible " நு

எங்க

ஆங்கில வாத்தியார் !!

130. திங்கட்கிழமை காலை - பாரதி

தன்னிலை மறந்த தூக்கத்தின் நடுவே

கல்லூரி கனவு

அட !! அது கனவல்ல இரண்டு தினமாக வராத தூக்கம் அன்று வட்டியும்

முதலுமாய்

திங்களன்று !!

அறைமனதாய் ஆரம்பித்த என்

பயணம் ,

முழுமனதாகியது ...

மனதில் நண்பர்கள் '

முகம்

அந்த ஆனந்தத்தில்

ராஜா வுடன் கிளம்பினேன் .

வீட்டில் கிளம்பிய நான் தோட்டம் வழி சென்றேன் குளிர்ந்த காற்று ..

மிதமான மழை

உடன் அழகிய காட்சி

கல்லூரியை

நெருங்கியவுடன் என்னுள்

"id card "

எங்கே என்ற கேள்வி ??

அடித்து பிடித்து வேகமாய்

முகப்பு கதவை தாண்டினேன் ஒரு

' நிம்மதி ' !!

வகுப்பில் நண்பர்களுடன் மட்டும்
' திங்கட்கிழமை காலை "
ஒத்துப்போகவில்லை !!
ஆசிரியருடனும் தான் !

131. போர் , யுத்தம்-பாரதி

போர் துவங்கும்

முன்பே , உதித்தது சூரியன் !!!

அது வெள்ளையன் காலகட்டம் , ஆங்கே அவன் ராஜியமே .

நாற்றைம்பது (200) ஆண்டுகள் , அடிமைகளாக மட்டுமே !!

அல்ல என்பதை கருத்தில் கொண்டு . மறுநாள் பருதியை விட அதிவே-

கமாக உதித்த

வீரர்கள் நடுவே !!!

முதலில் கப்பத்தின் எதிரியாய் நின்றவர்

" வீரபாண்டிய கட்டபொம்மன் "

இருக்க .. ஆங்கே

ஆங்கிலேயன் வசூலித்த கப்பத்தை பறித்து .. ஏழை மக்களுக்கு இட்ட-

வன் தீரன் !!!

வசனம் தான் வீரர்களை உற்சமாமூடியது , !!

* சென்னிமலைக்கும் சிவன்மலைக்கும் நடுவே ஒரு

' தீரன் சின்னமலை ' அவகரித்தான் "

என்று சொல் !!

வெள்ளையனை எதிர்த்ததால்

" செக்கிலுத்த செம்மல் " தகுதிக்கு

உரியவரானார்

" வ . உ சிதம்பரம் பிள்ளை " !! .

ஆயுதத்தை கையாண்ட " சுபாஷ் சந்திர போஸ் " இருக்க !!!

ஆங்கே அஹிம்சை அரசன்

" மோகன்தாசு கரம்சந்த் காந்தியும் " போராடினார் .

1947 அன்று இரவில் வாங்கிய சுதந்திரத்தை பார்க்க எவரும் இல்லாத-
வர்கள் ஆனார்கள் .

வருத்தமே !!!

ஆனால் எனக்குள் ஒரு ஐயம் !!

இரவில்

வாங்கினோம்

இன்னுமா விடியயவில்லை ???

132. வானவேடிக்கை-பாரதி

மிரட்டுதா வானத்தை ..

கட்டி அனைக்குதா மேகத்தை .

வானவேடிக்கை !!!

வைக்கும் பொழுது கொஞ்சம் பயமே ;

உடன் வெடித்ததும்

பரவசம் !!!

வான வேடிக்கை விழிகளுக்கு அழகு தான் .

வானில் விதவிதமான வண்ணங்களின் விளம்பரம்தான் !

பார்ப்பதற்கு பரவசம்தான் .

வானவேடிக்கை !!

பார்ப்போரின் உள்ளம் கொள்ளை போகும் தான் !!!

லட்ச ரூபாய் வெடியும் .

ஊசி வெடியும் ஒரே புகைதான்

என்பது எனது 15 தில்

சிவகாசிச் சிறுவர்களின் உழைப்பும் உள்ளது .

சிவகாசி மக்களின் வியர்வையும் உள்ளது !

கந்தகப் பொடியில் வெந்து தான் . உருவாக்குகின்றனர்

கண்ணீர் வரும் வலிகளுடன் தான் உற்பத்தியாகின்றன !

படிப்பைப் பாதியில் விட்ட தொழிலாளிகள் உண்டு .

பாமரர் முதல் படித்தவர்களும் தயாரிப்பில் உண்டு !!!

புகைதான் நம் பணம் . சரி ; இறுக்கப்பட்டவர் ,

இல்லாப்பட்டவருக்கு

உதவலாமே !!

133. விவசாயம் -சஞ்சய்

கோபம் இருந்தாலும் குணம் உண்டு பாசம் இருந்தாலும் இறக்கம் உண்டு நேரம் இருந்தால் விவேகம் உண்டு தூய்மை இருந்தால் தன்மை உண்டு தோல்வி இருந்தால் உழைப்பு உண்டு வேசம் இருந்தால் துரோகம் உண்டு பகை இருந்தால் வலிமை உண்டு புகழ் இருந்தால் போட்டி உண்டு கொடை இருந்தால் பண்பு உண்டு பொதுநலம் இருந்தால் ஏற்றம் உண்டு மனிதநேயம் இருந்தால் சிறந்த சமூகம் உண்டு திறமை இருந்தால் வெற்றி உண்டு பணம் இருந்தால் பயம் உண்டு தீமை இருந்தால் துன்பம் உண்டு ஆளுமை இருந்தால் மயக்கம் உண்டு விவசாயம் இருந்தால்தான் வாழ்வுண்டு.

134. வாழ்க்கை -சஞ்சய்

இயற்கையை இரசித்தும் காற்றோடு கலந்தும் விண்ணோடும்
மெலிந்தும் நீரில் மிதந்தும் நெருப்பாக செயலும் மண்ணாக
பயன்பெற்றும் இடியாக முழங்கிய மின்னலாக சிமிட்டியும்
மரங்களுள் புகுந்தும் செடியாக வளைந்தும் மலராக மலர்ந்தும்
கொடியாக படர்ந்தும் பறவையாக விரிந்தும் வானவில்லாக
வளைந்தும் வெப்பத்தைத் தாங்கியும் குளிரைக் கடந்தும்
சூரியனின் சிதறலும் நிலவின் மௌனமும் நட்சத்திரத்தின்
மின்னலோடு இணைந்து வாழ்ந்தால் இனிய வாழ்வு கொடுத்து
வாழ்ந்தால் கொடிய வாழ்வு.

135. நம்பிக்கை -சஞ்சய்

வெறுப்பு வந்தால் காட்டாதே
அன்பு இருந்தால் மறுக்காதே
உண்மை என்றால் மறைக்காதே
துரோகம் செய்தால் மன்னிக்காது
கோபம் கொண்டால் சிதைக்காதே
துன்பத்தை எண்ணி வருந்தாதே
கற்பனை செய்து மிதக்காது
பணத்தை உயர்த்திப் போற்றாதே
மகிழ பிறரை அவமதிக்காதே
அடக்கி ஆள நினைக்காதே செய்த
உதவியை மறக்காதே பெருமை
புகழுக்கு அடிமையாகாதே
பாரம்பரியத்தை தொடர
தயங்காதே நம்பிக்கை என்றும்
கைவிடாதே தன்மானத்தை விட்டுக்
கொடுக்காதே பெருமையை என்றும்
இழுக்காதே

136. வாழ்வு -சஞ்சய்

சிலர் சிரிக்கிறார்கள்
பலர் சிதைக்கிறார்கள்
சிலர் மதிக்கிறார்கள் பலர்
மிதிக்கிறார்கள் சிலர்
புகழ்கிறார்கள் பலர் இகழ்கிறார்கள்
சிலர் வழி நடத்துகிறார்கள்
பலர் வழிமறைகிறார்கள்
சிலர் நண்பர்கள் ஆகிறார்கள்
பலர் எதிர்க்கிறார்கள் சிலர்
பாராட்டுகிறார்கள் பலர்
தூற்றுகிறார்கள் சிலருக்கு
சிறப்பாகிறேன் பலருக்கு
வெறுப்பாக்கிறேன்.

137. தன்னலம் -சஞ்சய்

நம்பியவர்களை கைவிட்டதில்லை
நம்பாதவர்களையும்
உதறிவிடவுமில்லை
இருந்தவர்களிடமிருந்து
பறிக்கவில்லை
இல்லாதவர்களுக்கு
கொடுக்காமலில்லை
பணக்காரர்களை மதிக்கவில்லை
ஏழைகளை மிதிக்கவுமில்லை
உயர்ந்தவர்களை
போற்றவில்லை தாழ்ந்தவர்கள்
தூற்றவில்லை நண்பர்களுக்கு
துரோகியாகவில்லை எதிரிகளுக்கு
பணியவில்லை உண்மைக்கு உயிர்
கொடுக்காமலில்லை பொய்மைக்கு
துணை போனதுமில்லை
வெற்றிக்கு கொண்டாட்டமில்லை
தோல்விக்கு துயர்வில்லை
ஏற்றத்தில் அடக்கியதில்லை
இறக்கத்தில் அடங்கியதுமில்லை
மகிழ்ச்சியில் ஆடுவதில்லை
துன்பத்தில் தளரவில்லை.

138. வெற்றி-சஞ்சய்

ஆசைகள் மீறினாலும்
கனவுகள் மீறினாலும் பகைமை
முளைத்தாலும் நம்பிக்கை
வளர்ந்தாலும் துன்பங்கள்
பிறந்தாலும் சிறப்புகள்
சிதைந்தாலும் தைரியத்தை
கைவிட்டாலும் அவமானத்தை
சந்தித்தாலும் தடைகள்
தோன்றினாலும் திறமையால்
வெளிவருவதும் உழைப்பால்
மகிழ்வதும் சாதனையோடு
சிரிப்பதும் பெருமை அடைவது
புகழோடு மறைவதற்கும் பாதை
ஒன்று தான் வெற்றி.

139. புகழ்-சஞ்சய்

வானின்றி அமையாது வெளிச்சம்
வெளிச்சமின்றி அமையாது
மரம் மரமின்றி அமையாது மழை
மழையின்றி அமையாது நீர்
நீரின்றி அமையாது விவசாயம்
விவசாயமின்றி அமையாது
உணவு உணவின்றி அமையாது
உயிர் உயிரின்றி அமையாது
வாழ்க்கை வாழ்க்கையின்றி
அமையாது சாதனை
சாதனையின்றி அமையாது உயர்வு
உயர்வின்றி அமையாது பெருமை
பெருமையின்றி அமையாது புகழ்.

140. முயற்சி -சஞ்சய்

கண்கள் வலித்தாலும் செவிகள்
சாய்ந்தாலும் கைகள் புண்பட்டாலும்
கால்கள் மறுத்தாலும் மனம்
மெளிந்தாலும் உறவினர்கள்
உதவினாலும் துயரங்கள்
நேர்ந்தாலும் பொறாமை
பெருகினாலும் துரோகங்கள்
வளர்ந்தாலும் பெருமை இழந்தாலும்
பாதை கடுமையான முயற்சி வெல்ல
வைக்கும்.

141. நம்பிக்கை -சஞ்சய்

வெறுப்பு வந்தால் காட்டாதே
அன்பு இருந்தால் மறுக்காதே
உண்மை என்றால் மறைக்காதே
துரோகம் செய்தால் மன்னிக்காது
கோபம் கொண்டால் சிதைக்காதே
துன்பத்தை எண்ணி வருந்தாதே
கற்பனை செய்து மிதக்காது
பணத்தை உயர்த்திப் போற்றாதே
மகிழ பிறரை அவமதிக்காதே
அடக்கி ஆள நினைக்காதே
செய்த உதவியை மறக்காதே
பெருமை புகழுக்கு அடிமையாகாதே
பாரம்பரியத்தை தொடர தயங்காதே
நம்பிக்கை என்றும் கைவிடாதே தன்மானத்தை விட்டுக் கொடுக்காதே
பெருமையை என்றும் இழக்காதே

142. முயற்சி -சஞ்சய்

கண்கள் வலித்தாலும் செவிகள்
சாய்ந்தாலும் கைகள் புண்பட்டாலும்
கால்கள் மறுத்தாலும் மனம்
மெளிந்தாலும் உறவினர்கள்
உதவாவிட்டாலும் துயரங்கள்
நேர்ந்தாலும் பொறாமை
பெருகினாலும் துரோகங்கள்
வளர்ந்தாலும் பெருமை இழந்தாலும்
பாதை கடுமையான முயற்சி வெல்ல
வைக்கும்.

143. புகழ் -சஞ்சய்

வானின்றி அமையாது வெளிச்சம்
வெளிச்சமின்றி அமையாது
மரம்
மரமின்றி அமையாது மழை
மழையின்றி அமையாது நீர்
நீரின்றி அமையாது விவசாயம்
விவசாயமின்றி அமையாது உணவு
உணவின்றி அமையாது உயிர்
உயிரின்றி அமையாது வாழ்க்கை
வாழ்க்கையின்றி அமையாது சாதனை
சாதனையின்றி அமையாது உயர்வு
உயர்வின்றி அமையாது பெருமை
பெருமையின்றி அமையாது புகழ்

144. தன்னலம்   -சஞ்சய்

நம்பியவர்களை கைவிட்டதில்லை
நம்பாதவர்களையும் உதறிவிடவுமில்லை
இருந்தவர்களிடமிருந்து பறிக்கவில்லை
இல்லாதவர்களுக்கு கொடுக்காமலில்லை
பணக்காரர்களை மதிக்கவில்லை
ஏழைகளை மிதிக்கவுமில்லை
உயர்ந்தவர்களை போற்றவில்லை
தாழ்ந்தவர்கள் தூற்றவில்லை
நண்பர்களுக்கு துரோகியாகவில்லை
எதிரிகளுக்கு பணியவில்லை
உண்மைக்கு உயிர் கொடுக்காமலில்லை
பொய்மைக்கு துணை போனதுமில்லை
வெற்றிக்கு கொண்டாட்டமில்லை
தோல்விக்கு துயர்வில்லை
ஏற்றத்தில் அடக்கியதில்லை
இறக்கத்தில் அடங்கியதுமில்லை
மகிழ்ச்சியில் ஆடுவதில்லை
துன்பத்தில் தளரவில்லை

145. வாழ்வு -சஞ்சய்

சிலர் சிரிக்கிறார்கள்

பலர் சிதைக்கிறார்கள் சிலர் மதிக்கிறார்கள் பலர் மிதிக்கிறார்கள் சிலர்
புகழ்கிறார்கள்

பலர் இகழ்கிறார்கள்

சிலர் வழி நடத்துகிறார்கள்

பலர் வழிமறைகிறார்கள்

சிலர் நண்பர்கள் ஆகிறார்கள்

பலர் எதிர்க்கிறார்கள்

சிலர் பாராட்டுகிறார்கள்

பலர் தூற்றுகிறார்கள்

சிலருக்கு சிறப்பாகிறேன்

பலருக்கு வெறுப்பாக்கிறேன்.

146. விவசாயம் -சஞ்சய்

கோபம் இருந்தால் குணம் உண்டு
பாசம் இருந்தால் இறக்கம் உண்டு
நேரம் இருந்தால் விவேகம் உண்டு
தூய்மை இருந்தால் தன்மை உண்டு
தோல்வி இருந்தால் உழைப்பு உண்டு
வேசம் இருந்தால் துரோகம் உண்டு
பகை இருந்தால் வலிமை உண்டு
புகழ் இருந்தால் போட்டி உண்டு
கொடை இருந்தால் பண்பு உண்டு
பொதுநலம் இருந்தால் ஏற்றம் உண்டு
மனிதநேயம் இருந்தால் சிறந்த சமூகம் உண்டு
திறமை இருந்தால் வெற்றி உண்டு
பணம் இருந்தால் பயம் உண்டு
தீமை இருந்தால் துன்பம் உண்டு
ஆளுமை இருந்தால் மயக்கம் உண்டு
விவசாயம் இருந்தால்தான் வாழ்வுண்டு.

147. வாழ்க்கை -சஞ்சய்

இயற்கையை இரசித்தும்

காற்றோடு கலந்தும்

விண்ணோடும் மெலிந்தும்

நீரில் மிதந்தும்

நெருப்பாக செயலும்

மண்ணாக பயன்பெற்றும்

இடியாக முழங்கியும்

மின்னலாக சிமிட்டியும் மரங்களாக வளர்ந்தும்

செடியாக வளைந்தும்

மலராக மலர்ந்தும்

பறவையாக விரிந்தும்

வானமாக படர்ந்தும்

வெப்பத்தைத் தாங்கியும்

குளிரைக் கடந்தும்

சூரியனின் சிதறலும்

நிலவின் மௌனமும்

நட்சத்திரத்தின் மின்னலோடு

இணைந்து வாழ்ந்தால் இனிய வாழ்வு

கெடுத்து வாழ்ந்தால் கொடிய வாழ்வு.

148. காற்று- பாரதி

தெற்கிலிருந்து தென்றல்
காற்றாய் | !!
வடக்கிலிருந்து
வாடை காற்றாய் !!!
கிழக்கில் இருந்து கொண்டல்
காற்றாய்!!
மேற்கிலிருந்து மேலை கற்றாய்
வந்த ...
சுவாசம் இல்லா கற்றே . என் சுவாசம் ஆனது ...
சுவரின் மீது மோதி , சுவடாய் நீ வந்தாய் ....
மழைச்சாரலாய் வந்து குளிரில் மலர்களை நடுங்க வைத்து ...
வேடிக்கை பார்க்கிறாய் உன் வருகையிலே இசைத்திடும் கீதம் ஸ்வரங்க-
ளில்
எட்டாவது ராகமோ !!!
இங்கு மலர்கள் தலை சாய்ந்து இருப்பது கோபமா ?
இல்லை இல்லை ..
உன் வருகை கண்ட நாணம் தான் அது !!!!!
மரத்தின் மேலே உரசி ,
கொடியின் மீது அமர்ந்து ,
தண்ணீரை தடவி ....
பல தலைமுறை கடந்த உன்னை ஒரே தலைமுறையில் கொன்றேன்
வருத்தம் தான் !!!
காரணம் என்
வயிறானதே ....

149. கைவிடப்பட்ட பிராணிகள்-
பாரதி

அன்போடு அரவனைப்புடன் ,. ஆங்கே ஆனந்தமாய் பிறந்த
குட்டி ...
காரணம் தெரியாமல் கடைக்கோடியில் சுற்றியது !!!
நேரம் கிடைக்கும் உணவை இழந்து ,, கிடைக்கும் உணவை எந்நேரமும்
உண்டது . ,
" சோகத்துடன் " !
குப்பைத் தொட்டி சண்டைகளுக்கு நடுவே ஏமாற்றத்துடன் சோர்ந்து !!
படுக்க இடம் இன்றி பிளாஸ்டிக் கூழங்களை மெத்தை ஆக்கியது !
தினமும் ஒரு ஊராக நாடோடி வாழ்க்கயை
துவங்கிய பிராணி நினைப்பது என்ன தெரியுமா ??
ஒரு இடம் ஒரு சுவையை மறந்து ....
பல இடம் பல உணவை உண்டது
அதும் அரைவயிறு தான் !!
தனது பழைய வீட்டில் இருந்து சில
" கைவிடப்பட்ட நாய்களை "
கண்டு ஏளனசிரிப்பு
சிரித்ததை எண்ணி
வருத்தம் தான் .
காரணம் ....
அந்த நிலையில் தான் இன்று நானும் என்று ... .

150. ''சொர்கம் '' -பாரதி

சொர்க்கம் - அன்போடு

உள்ள உங்கள்

தூய உள்ளம் !!

நரகம் - அன்பில்லாமல்

உள்ள உங்கள்

அசுத்த உள்ளம் !!

தேடுகின்றோம் !!

எங்கு எங்கோ

தேடுகிறோம் !! .

இறைவனை ...

பாலாபிஷேகம் கள்ளுக்கு இல்லை ....

இல்லை

மனுசனுக்கு...

கூட்டமாக இன்பமெல்லாம்

கூடி நின்ற போதிலும்

வாட்டம் கண்ட வயிறு -

அது

வாழைப்பழம் கூட

சொர்க்கம் எனும் ....

தோழனே

இங்குள்ள நம்

வாழ்வு மேலானது !!

வாழும் கட்டம் உதவவும் ,,

வேண்டாம் , வேண்டாம் உபத்திரம் வேண்டாம் ...

சொர்கம் உள்ளதா ?? தெரியவில்லை . ஆனால்
ஒரு சுயநலம் தான் .. அந்த வீட்டை நோக்க
வேண்டுமென ..
உனது நடவாடிக்கை . உன் பாதையை வகிக்கும் .....
இறுதியில் தான் செல்லும் இடம் அகப்படும் அந்த ஆவலுடன் ...
நான் !!!.

151. "கவிஞன் "- பாரதி

பல எண்ணங்களை

தன் வண்ணமாக்குவது

கவிஞன்.

152. மதிய உணவு - பாரதி

மணி அடிக்கும் என்ற எண்ணத்தில் துவங்கியது

மூன்றாம்

மணிநேரம் !!

அவன் என்ன

உணவோ ?

இவன் என்ன

உணவோ ?

என்னும் ஆர்வத்தில்

என் உணவை இழந்தேன் ; எண்ணவனிடம் !!

இரண்டாம் மணிநேரமே ...

" தயிர் சோறு தான்டா " ;

என்று லெக் பீஸ் உடன் அவன் ,,

அவனை திசை திருப்பும் முயற்சியில்

இவன் ..

இவனது உணவும் பறிபோனது என்று தெரியாமல் !

அவனுடையது . இவனுடையது .

என்னும் பேச்சு நீங்கி ஒருவழியாய் அது

" நம்முடையது " என்றானது ...

பரவசத்துடன் பரிமாறிய உணவைசல்லி மிச்சம் வைக்காமல் உண்ணோம்

மட்டுக்கட்டுத் தரையும்

தோற்றது ...

எங்கள்

வகுப்பறையிடம்

சாப்பிடும் பொழுது அடித்துக்காத நாங்கள் ,.

அதை யார் கழுவுவது ? என்பதில் நிதானம் இழந்தோ
மீண்டும் நாளைய மதியத்தை எதிர்பார்த்து
ஆவலுடன் வீடு திரும்பினோம் நாங்கள் !!!

அதை யார் கழுவுவது ? என்பதில் நிதானம் இழந்தோ
மீண்டும் நாளைய மதியத்தை எதிர்பார்த்து
ஆவலுடன் வீடு திரும்பினோம் நாங்கள் !!!

• 172 •

153. " என் தமிழ் மொழி "- பாரதி

இனிய தமிழ் எங்கு கண்டினும் ஓடோடி
" செல்வேனே "

.. பைந்தமிழ் எங்கு கேட்பினும் மெய் மறந்து " நிற்பேனே " !!!

இசைத்தமிழ் செவிகளில் கேட்கையிலே நித்திரையிலும்
" இரசிப்பேனே " !!

கருத்துப் பரிமாற்றத்தில் கருவியாக . தகவல்களை பரிமாறுவதில்
புறாவாக ...

இருக்கும் என் மொழிக்கு

எல்லை அது இல்லை ....

பிறந்து சிறந்த மொழிக்கு

இடையே ,, சிறந்தே

பிறந்தது என் மொழி தமிழ் .

ஆங்கிலக் கல்வியே ஆகட்டும் ,. முதல் வார்த்தை எனக்கு " அம்மா "
!!

எண்ணற்ற கவிதைகள்

கொட்டிக்கொடுத்த பின்பும்

இன்னமும்

தீரா தாகத்தோடு

வார்த்தைகள் தேடிப்

பயணிக்கிறதே ..

என் மொழி !!!!

அகவை " ஐந்தானது ....

" அகரம் " என் மொழியானது ....
அகரம் வழி உயிருடன் .
மெய்யும் , வந்து சேரவே
உயிரும் மெய்யுமாய்
தழைத்தது என் தாய்மொழி .. !!

154. " திருமணத்தின் தேவை மற்றும் தேவையின்மை "-பாரதி

தனித்து பிறந்த வாழ்வில் ,

திறந்த வெளியாக , நம் வாழ்க்கை அதை ....

சுவைப்பது நம் கடமை . துணையோடு சுவைப்பது .

அல்லாமல் சுவைப்பதும் அவர் , அவர் விருப்பம் .

பெரியோர்கள் அடங்கிய அமர்வு .

துணையாள் உன்னை நோக்க ,, நீ கூட தான் .

இன்ப , துன்ப வாழ்க்கை . அதை இனிப்புடன் வாழ வாழ்த்துவார்கள்

- சான்றோர்கள் !!!!

ஏற்றத்தாழ்வு அற்ற நிலையோடு .

என்றும் வாழ வேண்டும் துணையோடு ..

உன்மனம் அவளுக்கும் அவள் குணம் உனக்கும் அத்துபடி ,

இப்பொழுது மட்டும் அல்ல எப்பொழுதும் !!!

ஆனந்தமே அமரர் அறையிலும் .... !!!!

இது ஒரு பக்க மானால் , மறுபக்கமும் உண்டு !!!!!

துணை இல்லையேல் தவறுகளை சுட்ட ஆளிலை அவனுக்கு -

உணர்வுகளை பகிர துணையில்லை அவளுக்கு -

என்ற நிலையில் எங்கிருந்து கிடைக்கும் அனுபவமும் ,,

ஆனந்தமும் ??

வாழ்க்கை கேள்விக்குறியே ??

155. அம்மா !! - பாரதி

வெங்கதிரோன் சாயும் முன் ,, நினைப்பு எல்லாம் அங்கேயே !!

திருத்தும் பணி முடிந்ததும் பனி , மழை தான் இங்கே .. , அங்கே

துண்டுடன் ஏக்கமாக

அம்மா !!!

பரி வேகம் தான் எனக்கு ,, ஆனால் சேரும் முன் சகதி தான் !!!

வந்த உடனே அப்பா பார்வையோ என்ற

' தல மேல " ,

ஆன் அம்மா கவனமா

அது என்மேல

ஈரமான என்மேல !!!

சரி ஒருவாட்டி வெட்டிட்டான் நு ஒவ்வொரு வாட்டியு சொல்லி !!!

அதப்பத்தி அவரு பரிசீலனை செய்வதுகுள்ள ;

நீங்க மட்டும் அவன் வயசுல சிகாமணியோ

என்ற கேள்வியோட்ட என்ற மானம் காக்க அவரு இளமைய நினைவு

கூறி ..

பழமைய மாத்ஜிட்ட நீயூ அதனால்

" வாகை பூ உனக்கு தான் .... !!!!

ஆனாலும் என் கோலத்த சலிக்காத அம்மா போட்டது அடிதான் -

" ஈக்குமாத்து குச்சியில "

வயசு எனக்கு ஈருபத்து

" ஆன அம்மா நெனப்போ "

மூவிரண்டு " ஆண்டு போல !!

156. கல்லூரிப் பை- பாரதி

ஒரு மூலையில் சிறிதாக

துணிகொண்டு தைக்கப்பட்ட குப்பை தொட்டி !!

அதில் காகிதம் ,

மிட்டாய் கவர் , மற்றும் பல ,,

வாரம் ஒரு முறை அழுக்கு தேய்த்து குளியல் ....

மடியிலும் இருக்கும் . அடியிலும்

கிடக்கும் பயணத்தின்

பொழுது-

நம் மீது கோபமோ , அவன் மீதான உபசரிப்பு இன்மையோ ....

கொட்டிவிடுவான் உன்

உண்டியை ...

தண்ணீர் சுமக்கும்

சுமை தாங்கி !!!

பல புத்தகங்களை உள்ளடக்கிய குறு நூலகம் !

அவன் பலவற்றை சுமக்க நீ அவனை சுமப்பாய்

அவன்தான் உன் கல்லூரிப் பை

(Collage bag).

157. " இருள் " - பாரதி

இருளின் விழிகளைக் கொண்டு ..

நகரும் தருணங்கள்

பல பாடங்களை

சொல்லிவிட்டு செல்கிறது ,

எது நிலையானவை என்று .

எனக்கு !!!.

158. குழந்தைகள் தினம்-பாரதி

வெள்ளை மனம் கொண்ட

உள்ளங்களே

வருங்கால சமுதாயத்தின்

சிற்பிகளே . !!

சில தினம் உன்னை மறந்த நபரும் , கொண்டாடி மகிழும் தினம் தான்

இன்று !

தீகுணமாயினும் , நல் குணமாயினும் , இந்த நாள் உன் நன்னாள் தான்

பிஞ்சே ...

வெஞ்சினம் கொண்ட மனிதனும்

உந்தன் பிஞ்சு உள்ளத்தின்

மழலை சொல் கேட்டால் மகுடியின்

இசையில் மயங்கும் நாகம் போல் மயங்கி

தன் சினம் மறந்து விடுவான் .. !!

ஒரு சொல் பேச்சிலே உள்ளம் குளிய வைத்து ..

கள்ளம் இல்லா சிரிப்பினால் மனம் நெகிழவைக்கும் !!!

குழந்தைகள் தின வாழ்த்துக்கள் !!

159. " இளைய சமுதாயம் "- பாரதி

உரியவனே ஆயினும் தீ செயலா . தியிண்டாமையை
விதிக்கும் ...
திருப்பாற் கடைந்த பாம்போ நல்ல நிமித்தமெனின் அதின்
" விஷம் "
? புவிக்கு வித்தாகும் பொழுது நல்லவன் ,,
இந்த விதிக்கு வித்திட்டவுடன் அவன் செயல் சொல்லும் !!
குணத்தை ஆகப்படவன் ஆயினும் ,
உயர் குடியோ , அவன் குணம் தான் !!
ஆட்டமும் பாட்டமும் . தான் பரி வேகமும் தான் ,
நிதானம் வேண்டாமா ? உன் திறமை கொண்டு
துரணாகாவிட்டாலும் துவண்டு போகாதே !!
ஆழியின் ஆழம் உன் வாழ்க்கை !

160. ' செவ்வாய் காலை உணவு ' –பாரதி

விடியர் காலை

தோணும்

கனவு , இடையே

தான் !!!

செவ்வாழை உன் நினைவு , தாத்தா வைத்தது

தழைத்து நின்றது ..

தோட்டத்திற்கு பாதம் படை எடுத்தது வேக வேக மாக !!!

கனியை நோக்க ,. கனிந்த

நல்வாடை !!!!

உண்ண அழைக்குமோ என்ற நினைப்பு ....

பச்சையோ என்ற

எண்ணம் ...

அம்மா தரட்டும் என்ற பதிலோடு ஏமாந்து கிளம்பினேன் !!!

காலை நேரம்

அம்மா உணவு

சமைக்க ,.

அதை நினைக்க

இயலவில்லை

மனமோ செவ்வாழை தேடி .

உருளைக்கிழங்கு பொரியல் தான் அம்மா சொன்னாள் ..

சரி,

என்பதுக்குல் அப்பா கையில்

செவ்வாழை எனக்காக !!

www.ingramcontent.com/pod-product-compliance
Lightning Source LLC
Chambersburg PA
CBHW060919140726
47996CB00001B/305